பறவைகளைப் பார்

ஜமால் ஆரா

விளக்கப் படங்கள் தீட்டியவர்

ஜே.பி. இரானி

தமிழில்

ம.ப. பெரியசாமி தூரன்

எதிர்
வெளியீடு

பறவைகளைப் பார்
ஜமால் ஆரா
விளக்கப் படங்கள் தீட்டியவர்: ஜே.பி. இரானி
தமிழில்: ம.ப. பெரியசாமி தூரன்

எதிர் முதல் பதிப்பு: ஜூலை 2023

எதிர் வெளியீடு
96, நியூ ஸ்கீம் ரோடு, பொள்ளாச்சி - 642 002
தொலைபேசி: 04259 226012, 99425 11302

விலை: ரூ. 200

Paravaikalai Paar
Jamal Ara
Illustrated by J.P. Irani

Translated by M.P. Periyasamy Thooran

Copyright © Jamal Ara, 1970

Ethir First Edition: July 2023

Published by
Ethir Veliyeedu, 96, New Scheme Road, Pollachi - 2
email: ethirveliyedu@gmail.com
www.ethirveliyeedu.com

ISBN: 978-81-964046-2-8
Cover Design: Negizhan
Printed at Jothy Enterprises, Chennai.

பறவைகளைப் பார்

உள்ளடக்கம்

1. பாதுகாப்பு நிறமும் போலித் தோற்றமும் 07
2. மனிதனுக்குப் பறவைகள் செய்யும் உதவி 09
3. தொழில் நுட்பம் 14
4. வசிக்கும் இடம் 21
5. பறவைகளின் பேச்சு 25
6. இணை கூடுதல் 28
7. கூடுகளும் அடைகாத்தலும் 31
8. வலசை வருதலும் வளையமிடலும் 38
9. உடல் அமைப்பு 45
10. கூடு கட்டப் பெட்டிகளும் இரை தூவும் மனைப் பலகைகளும் 53
11. பறவை ஆராய்ச்சியாளர்களுக்கு சில குறிப்புகள் 60
12. இந்நூலில் வந்துள்ள பறவைகளின் ஆங்கில – தமிழ்ப் பெயர்த் தொகுதி 68

I. பாதுகாப்பு நிறமும் போலித் தோற்றமும்

பறவைகளை விரும்பாதவர்கள் யார்? அழகாகவும் ஒயிலாகவும் உள்ள இந்தச் சிறு உயிர்களை நோக்கிக் கொண்டிருப்பதே ஒரு பெரிய இன்பம். அங்கு மிங்கும் பறப்பதும், தத்தித்தத்தி நடப்பதும், ஓடுவதும், பாடுவதும், பேசுவதும், அலகினால் கோதி அழகுசெய்து கொள்வதுமாக இப்படி அவை எப்பொழுதும் சுறுசுறுப்பாகவே இருக்கின்றன. அவற்றின் பேச்சிற்காகவும், அவற்றின் அழகுக்காகவும் நாம் அவற்றை விரும்புகிறோம் பறவைகள் இல்லாத உலகம் சுவை குறைந்ததாகவே இருக்கும்.

அவற்றின் இறகுகளைப் பாருங்கள். எத்தனை விதங்கள்! எத்தனை அழகான வகைகளில் அந்த இறகுகள் அமைத்திருக்கின்றன! வர்ணிக்க முடியாதவாறு இறகுகளும், சிறகுகளும் பறவைகளுக்கு அமைந்திருக்கின்றன. அழகான இந்தச் சிறகுகள் பறவைகளுக்கு ஒரு முக்கியமான நன்மையைச் செய்கின்றன. பறவை ஒவ்வொன்றும் அது வாழும் நிலத்திற்கு ஏற்றவாறும், அங்குள்ள மரஞ்செடி கொடிகளுக்கு ஏற்றவாறும், நிறத்திலும் சாயலிலும் ஒத்து இருப்பதால் அதன் நிறமே அதற்கொரு தற்காப்பாக அமைகின்றது.

உள்ளான், கானக்கோழி போன்ற பறவைகள் மரங்களிலிருந்து விழும் தழைகளின் இடையிலும், புல் பூண்டு இவற்றின் இடையிலும் வாழ்கின்றன. அவற்றின் உடல் அமைப்பு வளைந்த

கோடுகளையும் திட்டுக்களையும் கொண்டதாய் எளிதில் கண்டு கொள்ள முடியாதவாறு இருக்கின்றது. வேட்டையாடப்படுகின்ற கவுதாரி, காடை போன்ற பறவைகளின் நிறம் அவை வாழ்கின்ற வயல் மண்ணின் நிறம்போலப் பழுப்பாகவும் அங்கங்கே கரும்புள்ளிகள் உடையதாகவும் இருப்பதால், பக்கத்தில் போகும்போது கூட அவற்றை எளிதில் கண்டு கொள்ள முடியாது.

கதிரவன் ஒளி பளிச்சென்று வீசும் பசுமையான தழைகள் அடர்ந்த இடங்களில் வாழும் பறவைகள் கரு நீலம், பச்சை, மஞ்சள், சிவப்பு, ஆகிய நிறங்களைக் கொண்டிருக்கின்றன. பகைவர்களின் கண்கள் கூசும்படியாக இந்த நிறங்கள் அமைந்துள்ளன.

போலித் தோற்றம் என்பது பாதுகாப்பு நிறத்தினின்றும் வேறுபட்டது. வலிமையற்ற சில பறவைகளின் உருவம் வலிமையுள்ள வேறு இனத்தைச் சேர்ந்த பறவைகளின் உருவத்தை ஒத்திருக்கும். வைரிபோலத் தோன்றும் கொண்டைக் குயில் இதற்கு ஒரு நல்ல எடுத்துக்காட்டு. இப்படி உருவம் அமைவதே அதற்குப் பாதுகாப்பாக உள்ளது.

கொடுர்வா

மாரிக் குருவியும்
உழவாரக் குருவியும்

2. மனிதனுக்குப் பறவைகள் செய்யும் உதவி

புழு பூச்சிகளை ஒழிப்பதற்குப் பறவைகளே நமக்குப் பேருதவி செய்கின்றன. அவை இல்லாத உலகம் பாழடைந்தே தோன்றும். நம்முடைய நிலங்களிலும், காடுகளிலும், பழத் தோட்டங்களிலும் பெரிதும் சிறிதுமான எண்ணிலடங்காத பூச்சிகள் இருக்கின்றன. இந்தியாவிலேயே 30,000-க்கும் மேற்பட்ட பலவகைப் பூச்சிகள் உள்ளனவாம். இவை பயிர் பச்சைகளை இருந்த இடம் தெரியாமல் தின்று தீர்த்துவிடும். ஆனால் எல்லாப் பூச்சிகளும் நமக்குத் தீங்கு விளைவிப்பதில்லை. இவற்றில் பெரும்பாலானவை நமக்கு நன்மையே செய்கின்றன.

மரங்கொத்தி

ஆனால் பூச்சிகள் மிக வேகமாகப் பெருகுவதால் இவற்றின் எண்ணிக்கையை ஓர் அளவுக்குள் கட்டுப்படுத்த வேண்டும். இல்லாவிட்டால் இவை ஒரு தழையோ புல்லோ இல்லாமல் தின்றுவிடும். உலகம் ஒரு பாலைவனமாக மாறும்.

பறந்து திரியும் பூச்சிகளைப் பிடிப்பதற்கு மாரிக் குருவிகளும், உழவாரக் குருவிகளும் மிக ஏற்றவை. கத்தி போன்ற இறக்கைகளும் கவைப்பட்ட வாலும் உடைய மாரிக்குருவி மிக அழகானது. சிறிய ஒலி எழுப்பிக்கொண்டு எப்பொழுதும் அது வானத்திலே சஞ்சரிக்கும். பறக்கும் பூச்சிகளைப் பாய்ந்து பாய்ந்து பிடிக்கும். நீர்ப்பரப்பை ஒட்டிப் பறந்தபடியே நீர் குடிக்கும். பறப்பதிலே அது வல்லது; ஆனால் தரையின் மீதோ மரக்கிளைகளிலோ அமர்வதில் அது அத்தனை விருப்பம் காட்டுவதில்லை. மற்ற பறவைகளைப்போலத் தத்தித்தத்திச் செல்லவோ தரையில் ஓடவோ அதனால் முடியாது. மிகச் சிறிய கிளையின் மீதோ தந்திக் கம்பிகளின் மீதோ அமரத்தான் அதன் மென்மையான கால்கள் ஏற்றவை.

நகரங்களிலும் கிராமங்களிலும் உழவாரக் குருவி சலிப்பென்பதே இல்லாமல் வானத்தில் வட்டமிடுவதைப் பார்க்கலாம். உருவத்திலே மாரிக் குருவி போலத் தோன்றினாலும் இது வேறொரு இனத்தைச் சேர்ந்ததாகும். இதன் நிறம் கரும் பழுப்பு: சிறகு மிக நீண்டு அகலம் குறைந்தும் வளைந்தும் இருக்கும். இதைப்போல வேறெந்தப் பறவையும் வானத்திலேயே நீண்ட நேரம் சஞ்சரிக்காது. தரைக்கு வருவதே அரிது.

வானத்திலே வேகமாகப் பறக்கும் போதே பூச்சிகளைப் பிடித்து உண்ணும்.

பூச்சிகளைத் தின்னும், பறவைகளில் மரங்கொத்தியும் ஒன்றாகும். மரப்பட்டைகளுக்கு அடியே மறைந்து வாழும் பூச்சிகளை இது உணவாகக் கொள்கிறது.

குறுகிய காலத்திற்குள் பறவைகள் ஏராளமான பூச்சிகளைத் தின்றுவிடும். அரை மணி நேரத்திற்குள் ஒரு சிறிய பறவை 800க்கும் மேற்பட்ட புழுக்களைத் தின்றதைக் கண்டுள்ளார்கள். மற்றொரு சிறு பறவை அதே நேரத்தில் மரத்திலுள்ள சுமார் 3000 தாவரப் பேன்களைப் பிடித்துத் தின்றதாம். ஒரு ஜோடி சிட்டுக் குருவிகள் முன்னும் பின்னுமாக ஒரு மணி நேரத்திற்குமேல் பறந்து ஒவ்வொரு நிமிஷத்திலும் இரண்டு தடவை கூட்டுக்கு வந்து தமது குஞ்சுகளுக்கு அலகு நிறைய பூச்சிகளைக் கொண்டு வந்து தந்தன!

மற்ற பறவைகளை வேட்டையாடும் கழுகு, பருந்து, வைரி போன்ற பறவைகளை விவசாயிகள் வெறுக்கிறார்கள். ஏனென்றால் இவை பண்ணையிலுள்ள வளர்ப்புப் பறவைகளின் குஞ்சுகளைக் களவாடி விடுகின்றன, ஆனால் இவை வயலில் வாழும் சுண்டெலிகளையும், எலிகளையும், அணில்களையும் வேட்டையாடுகின்றன.

இவ்வாறு பண்ணைப் பயிர்களுக்குச் சேதம் ஏற்படாமல் உதவுகின்றன. இப்பறவைகள் பாம்பு முதலியவற்றைக் கொன்று மற்ற பறவைகளின் முட்டைகளையும் குஞ்சுகளையும் காப்பாற்றுகின்றன.

கழுகு

சில பூச்சிகள் நோய்க் கிருமிகளைத் தாங்கி வருவதால் மனிதனுடைய உயிருக்கே ஆபத்து விளைவிக்கின்றன. இவற்றையும் இப் பறவைகள் கொன்று நோய்களை அடக்குவதில் நமக்கு உதவுகின்றன.

பிணந் தின்னும் மொட்டைக் கழுகுகளும், பருந்துகளும், காக்கைகளும் தோட்டி வேலை செய்வதில் வல்லவை, செத்த பிராணிகளையும், அழுகிய பண்டங்களையும் உண்டு நமது சாலைகளையும், கிராமங்களையும் இவை துப்புரவு செய்கின்றன.

உணவுப் பஞ்ச காலத்திலும் வெள்ளப் பெருக்கின் போதும் எத்தனையோ விலங்குகள் இறந்து எங்கும் கிடப்பதுண்டு. இவற்றை இப்பறவைகள் தின்று தீர்த்துவிடுகின்றன. மொட்டைக் கழுகுகள் செத்தவற்றைக் கொத்தி விழுங்கும் வேகத்தைப் பார்த்தால் ஆச்சரியப்படாமலிருக்க முடியாது.

***

பூக்களின் மாற்று இனப் பெருக்கத்திலும் பறவைகள் உதவுகின்றன. மலர்களின் அடியிலுள்ள மதுவை, சில

தேன் உண்ணி

இனப் பறவைகள் குடிக்கும்போது அப் பறவைகளின் அலகுகளிலும், இறகுகளிலும் மலர்களிலுள்ள மகரந்தம் ஒட்டிக்கொள்கிறது, இப் பறவை மற்றொரு மலரை நாடிச் சென்று மதுவுண்ணும்போது இந்த மகரந்தப் பொடி அதில் சேர்ந்து விடுகிறது.

***

காடை, கவுதாரி, காட்டு வாத்து, வாலாஞ்சிறகி, உள்ளான் முதலிய பறவைகளை ஆயிரக்கணக்கில் வேட்டையாடி எவ்வளவு கொடுமைப் படுத்துகின்றோம்! நமக்கு அவை ஒரு தீங்கும் செய்வதில்லை. அதற்கு மாறாக அவை நன்மையே செய்கின்றன.

வாலாஞ் சிறகி

3. தொழில் நுட்பம்

தையற்சிட்டு

கூர்ந்து கவனித்தால் பறவைகளைப் பற்றிச் சுவையான பல உண்மைகளை நாம் தெரிந்து கொள்ளலாம். மரத்திற்கு மரம் பறந்து திரியும் பறவைகள் வேலையால்தான் ஈடுபட்டிருக்கின்றன. மக்களைப் போலவே அவை வீடு கட்டித் தம் குஞ்சுகளை வளர்க்கின்றன. அவற்றுக்கென்றே தனித்தனியான பேச்சுமொழியும் உண்டு.

பறவை உலகத்தில் தையலும், மரம் கொத்துதலும், மீன் பிடித்தலும் இன்னும் இப்படிப்பட்ட தொழில் நுட்பம் வாய்ந்த பணிகளைச் செய்கின்ற பறவைகள் உண்டு.

தையல் : தையற்சிட்டு மென்மையான நார்களையும் சிலந்திக் கூடுகளையும், பட்டுப்பூச்சிக் கூடுகளில் உள்ள பட்டையும் பயன்படுத்தி இரண்டு மூன்று பெரிய இலைகளை ஒன்றாகச் சேர்த்து வெகு திறமையோடு தன் அலகினாலேயே தைத்துக் கூடு கட்டி விடுகின்றது.

மீன்கொத்தி

மரம் கொத்தல் : மரங்கொத்திப் பறவை மரத்தின் பட்டைகளைக் கொத்தி உள்ளேயிருக்கும் பூச்சிகளைப் பிடித்துத் தின்கின்றது. அதன் அலகு கொத்தித் துளை போடுவதற்கு ஏற்றவாறு கூர்மையாக அமைந்திருக்கின்றது. இதன் நாக்கு வினோதமானது. அது நீளமாகவும் நுனியில் கூரிய முட்கள் உள்ளதாகவும் இருக்கிறது. அந்த நாக்கைத் திடீரென்று நீட்டிப் பூச்சிகளையும் அவற்றின் முட்டைகளையும் பிடித்துத் தின்கின்றது.

மீன் பிடித்தல் : மீன் பிடிக்கும் பறவை இனங்களில் மீன் கொத்தியே மிக அழகானது. மரங்கள் சூழ்ந்த அமைதியான ஏரிகள், குட்டைகள், ஓடைகள் இவற்றின் அருகே இதைக் காணலாம். நீர் பரப்பிற்கு மேலாக ஒரு மரக்கிளையிலே அமர்ந்து தண்ணீரை இமை கொட்டாது உற்றுப் பார்த்துக் கொண்டேயிருக்கும். திடீரென்று நீருக்குள் பாய்ந்து ஒரு மீனைத் தனது நீண்ட அலகிலே கவ்விக்கொண்டு வெளியில் வரும்.

பிணந்தின்னிக் கழுகு

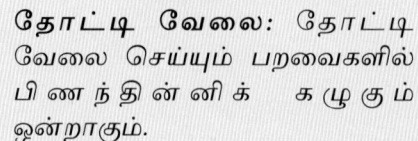

காகம்

தோட்டி வேலை: தோட்டி வேலை செய்யும் பறவைகளில் பிணந்தின்னிக் கழுகும் ஒன்றாகும்.

வழுக்கையான தலையும் பருத்த உடலும், மொட்டைக் கழுத்தும் கொண்ட இது தோற்றத்தில் அழகாக இராது. ஆனால் பறப்பதிலே பிணந்தின்னிக் கழுகுக்கு இது இணையற்றது. இது வானிலே உயரப் பறந்து வட்டமிட்டுக் கொண்டே கீழே இருக்கும் இரையை ஆராய்ந்து வரும்.

பருந்தோடு சேர்ந்து இது வீதிகளையும், கிராமங்களையும், சுடுகாடுகளையும் அலசிப் பார்த்து, செத்த பிராணிகளின் உடல்களையும், அழுகிப்போனவற்றையும் தின்று சுத்தம் செய்கின்றது.

திருடும் பறவைகள்: எத்தித் திருடுகின்ற காக்கையை நமக்குத் தெரியும், கண்ணிற்கு இனிய கரு நிறக் காக்கை என்று பாரதியார் பாடியிருப்பது போல், காக்கை பளபளப்பான கரிய நிறம் கொண்டது. இதன் கண்கள் அறிவுக் கூர்மையைக் காட்டும். வீடுகளிலும், கடைகளிலும், வயல் நிலங்களிலும் காக்கை தைரியமாகப் புகுந்து திருடும். கூடுகளிலிருந்து முட்டைகளையும் சிறு குஞ்சுகளையும் திருடவும் செய்யும்.

கரிச்சான்

ஆந்தை

காவல்: காவலுக்குக் கரிச்சான் ஒரு சிறந்த எடுத்துக்காட்டு. கருமையான சீருடையணிந்ததுபோல அதன் நிறம் இருக்கும். அது ஒரு காவல் காக்கும் பறவையாக விளங்குகின்றது. அதைவிடப் பெரிய பறவைகளென்றாலும் அவற்றை எதிர்த்துப் போராடத் தயங்காது. கரிச்சான் கூடு கட்டுகின்ற பகுதியிலே வலிமையற்ற சிறு பறவைகள் தங்கள் கூடுகளைக் கட்டிக்கொள்ளும். ஏனென்றால் கரிச்சான் அந்தச் சிறு பறவைகளின் கூடுகளுக்கும் பாதுகாப்பு அளிக்கின்றது. முட்டைகள் திருடும் காக்கையைக் கண்டால் அது மூர்க்கமாகப் போராடித் துரத்திவிடும். அதிகாலையிலேயே அது எழுந்து இனிமையாகக் குரல் கொடுக்கும்.

வைரி

தூக்கணாங் குருவி

இரவில் காவல்: ஆந்தை பகலெல்லாம் தூங்கி இரவிலே விழித்திருக்கும். சத்தமே செய்யாமல் சுண்டெலிகளையும், எலிகளையும் தேடி இது எங்கும் பறந்து திரியும். கொக்கி போன்ற இதன் அலகும் உறுதியான வளைந்த நகங்களும் சிறு பிராணிகளைக் கொல்ல உதவுகின்றன.

வேட்டைப் பறவைகள்: பகற்பொழுதிலே வல்லூரும் வைரியும் வேட்டையாடுவதில் மிக வல்லமை உடையன. வளைந்த கூர்மையான அலகும் நகங்களும் கொண்ட இப் பறவைகள் பயிர்களுக்கு மிகவும் சேதம் உண்டாக்கும் எலிகளையும் அணில்களையும் கணக்கில்லாமல் கொன்று விடுகின்றன; தீங்கு விளைவிக்கும் எண்ணற்ற பூச்சிகளையும் இவை தமக்கு இரையாகக் கொள்கின்றன.

விசிறிக் குருவி

காட்டு வாத்து

சோம்பேறிப் பறவைகள்: குயில் நமக்குத் தெரிந்த பறவை. கூடு கட்டுவதற்குக்கூட இதற்குச் சோம்பல், இது காக்கையின் கூட்டில் தந்திரமாக முட்டை இடுகின்றது.

காக்கை அடை காத்துக் குஞ்சுகளை வளர்க்கும். குஞ்சுகள் பெரிதானதும் மற்ற குயில்களோடு சேர்ந்து விடுகின்றன!

பாடும் பறவைகள் : பாடும் பறவைகளிலெல்லாம் பால்காரிக் குருவி முதன்மையானது. குளிர் காலத்தில் இது இனிமையான சீழ்க்கை ஒலி கொடுக்கும். வசந்த காலத்தில் விதவிதமாக இது பாடும். கருப்பும் வெண்மையுமான வாலை மேலே தூக்கித்தூக்கி இது பாடும்.

கீச்சான் குருவி

நடனப் பறவைகள்: விசிறிக் குருவியின் நடனத்தைப் பார்ப்பதே ஒரு தனி இன்பம். கிளைகளில் தத்தித் தத்திச் சென்று திடீரென்று நின்று ஒரு பக்கத்திலிருந்து, மறுபக்கம் திரும்பி இது ஆடுகின்றது. இது விசிறி போன்ற தனது வாலை அடிக்கடி குறுக்கியும், விரித்தும் நடனமாடும்.

நெசவாளிப் பறவைகள் : தையற் சிட்டைப் போலவே தூக்கணாங் குருவியும் நன்றாகக் கூடு முடையும். புல்லைக் கொண்டும், நார்களைக் கொண்டும் உறுதியாகக் கூடு கட்டி, கிளைகளின் நுனியிலே பந்து பந்தகத் தனது கூட்டைத் தொங்க விடுகின்றது. உள்ளே நுழையும் பொந்து போன்ற வழியின் ஒரு பக்கமாக முட்டை வைக்கும் அறை இருக்கும். நுழையும் வாயில் கீழ்நோக்கியிருப்பதால் பகைப் பறவைகள் உள்ளே எளிதில் செல்ல முடியாது. பல தூக்கணாங் குருவிகளின் கூடுகள் மரக்கிளைகளின் நுனிகளில் கூட்டமாகத் தொங்குவதைக் காணலாம். சாதாரணமாக நீர்ப்பரப்பிற்கு மேலாக இந்தக் கூடுகள் சிறிதும் பெரிதுமாகக் காட்சியளிக்கும்.

கொன்று வாழும் பறவைகள் : கீச்சான் குருவி தனக்கு வேண்டிய அளவிற்கு மேலேயே கொல்லுவதால் கொலைப் பறவையென்று பெயரெடுத்திருக்கிறது. அப்படிக் கொலை செய்த பிராணிகளை முட்செடிகளில் தொங்கவிடும். இது பூச்சிகளையே தின்று வாழ்ந்தாலும், பல்லிகளையும், சுண்டெலிகளையும் கொல்லத் தயங்குவதில்லை.

வலசை வரும் பறவைகள் : ஓரிடத்திலிருந்து மற்றொரு இடத்திற்கு வலசைவரும் பல பறவைகளுக்கு எடுத்துக் காட்டாகக் காட்டு வாத்தைக் கூறலாம். காட்டு வாத்துகள் ஐரோப்பா, வட ஆசியா, லடாக், திபெத்து முதலிய இடங்களிலிருந்து குளிர்காலத்தில் இந்தியாவுக்கு வருகின்றன.

மலை மொங்கான்

4. வசிக்கும் இடம்

ஒவ்வொரு பறவை இனமும் வசிப்பதற்கு ஒரு குறிப்பிட்ட நிலப்பகுதி உண்டு. காடுகளிலும் மைதானங்களிலும் ஏரிகளிலும் சகதி நிலங்களிலும், விளை நிலங்களிலும் என்னென்ன பறவைகளைக் காண முடியும் என்பது அனுபவமுள்ள பறவை ஆராய்ச்சிக்காரர்களுக்கு நன்றாகத் தெரியும். சில பறவைகள் உலகத்தில் எங்கும் காணப்படுகின்றன. சில பறவைகள் சில பகுதிகளில் மட்டும்

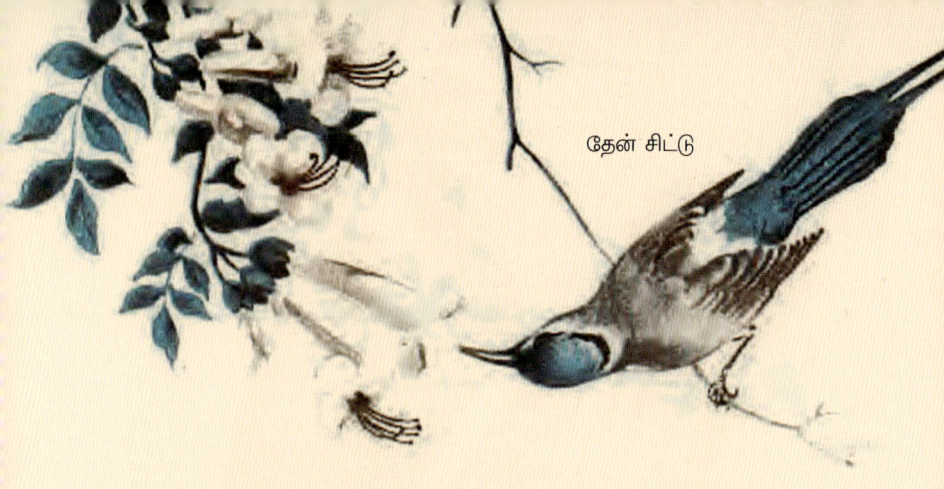

தேன் சிட்டு

வசிக்கின்றன. குளிர் காலத்தில் ஒரு நாட்டிலிருந்து மற்றொரு நாட்டிற்கு வெப்பத்தையும் உணவையும் நாடிச் சில பறவைகள் வலசை வருகின்றன. பின்னர் வசந்த காலத்தில் அவை திரும்பிவிடுகின்றன.

குளிரும், வெப்பமும் மாறுபடுகின்ற மண்டலங்களுக் கேற்றவாறு. பறவைகளின் தோற்றம் மாறுபடுகின்றது. ஒரே இனத்தைச் சேர்ந்த பறவைகள் இமயமலையில் பெரிதாகவும், கன்னியாகுமரி முனையை அணுக அணுக அளவு குறைந்தும் காணப்படுகின்றன. இமயமலை முதலிய மலைகளில் குளிர் மிகுந்த உயரமான மேல்பகுதிகளில் பறவைகள் பெரிதாக இருக்கின்றன. மலையடிவாரங்களில் சிறிதாக இருக்கின்றன; தட்ப வெப்ப நிலைகள் பறவைகளின் நிறத்திலும் மாறுபாட்டை உண்டாக்குகின்றன.

தட்ப வெப்ப நிலைக்கு அடுத்தபடியாக மரஞ் செடி கொடிகளும் மழையின் அளவும் நாட்டின் நிலப்பகுதியின் அமைப்பும் பறவைகளின் வாழ்க்கையை மாறுபடச் செய்கின்றன. தோட்டங்களிலும், பூங்காக்களிலும், பயிர் நிலங்களிலும் இருக்கும் மரஞ்செடி கொடிகள் காட்டுப் பகுதியில் உள்ளவற்றிலிருந்து வேறுபட்டிருக்கும்.

நமது காடுகளில் மலைமொங்கான் மாங்குயில், வால்குருவி போன்ற அழகிய நிறங்களை உடைய பறவைகள் வசிக்கின்றன. கொம்பு போன்ற வடிவமுள்ள மஞ்சள் நிற அலகை உடையது மலைமொங்கான். மாங்குயில் தங்க

நிறமானது. வால் குருவி வெள்ளி போன்ற நிறமும் மிக நீண்ட வாலும் உடையது. ஊதாவும், பச்சையும், சிவப்பும், மஞ்சளும் கொண்ட சிறிய தேன் சிட்டுக்களும் காணப்படும். மயில் போன்ற பிரகாசமான நிறங்கள் கொண்ட பறவைகளும் அங்கு உண்டு.

கிராமங்களிலும், தோட்டங்களிலும், பூங்காக்களிலும் வசிக்கும் பறவைகள் நமக்கு அதிகமாகத் தெரிந்தவை. சிட்டுக்குருவிகள் நமக்கு அருகிலேயே வசிக்க விரும்புகின்றன, ஏனென்றால் அவைகளுக்கு வேண்டிய உணவுப்பொருள்கள் நாம் வசிக்கும் இடங்களில் மிகுதியாகக் கிடைக்கும் என்பதை அவை தெரிந்து கொண்டுள்ளன, தத்தித் தத்தியும், நடந்தும் செல்லும் மைனாக்கள் பலவற்றைக் கண்டிருப்பீர்கள். பால்காரிக் குருவியும், பட்டாணிக் குருவியும் மரங்களில் கிளைக்குக் கிளை பாய்ந்து செல்வதையும் கண்டிருப்பீர்கள்.

விளை நிலங்கள் மிகுதியாக உள்ள இடங்களில் மரங்கள் குறைவாக இருப்பதால் அங்குத் தரையில் வசிக்கும் பறவைகளையே மிகுதியாகப் பார்க்கலாம். வானம்பாடிகள், வேலிக்குருவிகள், வயல் சிட்டுகள் முதலியவை அங்கு வசிக்கின்றன.

மைனா

சில பறவைகள் மைதானங்களிலும், சதுப்பு நிலங்களிலும், ஏரிகள், ஓடைகள், ஆறுகள் இவற்றின் கரைகளிலும் வசிக்க விரும்புகின்றன, நீரில் வாழும் பறவைகளைப் பற்றி அறிந்துகொள்வது தரையில் வாழும் பறவைகளைப் பற்றி அறிந்து கொள்வதை விடக் கடினமானது.

கொக்கு

5. பறவைகளின் பேச்சு

பறவைகளுக்கு ஒரு மொழி உண்டு. அவை பல வகைகளில் இம் மொழியைப் பயன்படுத்துகின்றன. இந்த மொழி நம்முடைய மொழியைப் போலச் சிக்கலானதல்ல. ஆனால், ஒன்றின் கருத்தை மற்றொன்று அறிந்துகொள்ள இந்த மொழி பயன்படுகிறது. ஒரே இனத்தைச் சேர்ந்த பறவைகளின் பேச்சு அவை தம் இனத்தைப் புரிந்துகொள்ள உதவுகிறது. தீங்கு வரும்போது எச்சரிக்கவும், அருகில் வராமல் இருக்கும்படி மிரட்டவும் அவற்றிற்குத் தனிப்பட்ட ஒலிகள் உண்டு. இணை கூடுவதற்கு உதவும் ஒலியும் உண்டு. போட்டி போட்டுக் கொண்டு பாடவும், எதிர்ப்புத்

தெரிவிக்கவும், சில சமயங்களில் போர் முழக்கம் செய்து உரத்துக் கூவவும் பறவைகளுக்குத் தெரியும்.

சில பறவைகள் அமைதியாக இருக்கும். சில பறவைகள் கூச்சலிடும். இவை பலவகையான ஒலிகளைத் தெரிந்துகொண்டுள்ளன. மலை மைனாவைப் போலவும், கிளியைப் போலவும் சில பறவைகள் நன்றாகப் பேசும். வேறு சில பறவைகள் அழகாகப் பாடும். கத்துதல், சீறுதல், அலறுதல், ஓலமிடுதல், சீழ்க்கையடித்தல் இவற்றையெல்லாம் பறவை உலகத்திலே கேட்கலாம்.

கொக்கு தனது அலகைக் கொண்டு சடசட வென்று சத்தம் செய்கிறது. மரங்கொத்தி தனது அலகால் மரத்தை வேகமாகக் கொத்தி முழவு அடிப்பதுபோல் ஒலி எழுப்புகிறது.

இளங் குஞ்சுகளுக்கென்று ஒரு தனிப்பட்ட மொழி உண்டு. பெரிதானதும் அவை குழந்தைப் பேச்சை

கொசு உள்ளான்

விட்டுவிடும். குஞ்சுகள் தங்கள் தேவையையும், அச்சத்தையும், இருக்குமிடத்தையும் தமது தாயும் தந்தையுமான பறவைகளுக்குத் தெரிவிக்க முடியும். தமது இனத்தைச் சேர்ந்த பறவைகளின் பேச்சு ஒலிகளையும், பாட்டொலிகளையும் இளங்குஞ்சுகள் எப்படிக் கற்றுக்கொள்கின்றன தெரியுமா? பல ஆராய்ச்சிகளுக்குப் பிறகு சில பறவைகள் இந்தத் திறமையைப் பாரம்பரியமாகப் பெறுகின்றன என்றும், சில பறவைகள் பெற்றோரைப் பார்த்துக் கற்றுக்கொள்கின்றன என்றும் கண்டுள்ளனர்.

அலகுகளைக் கொண்டே பறவைகள் பாடுகின்றன என்று மக்கள் கருதலாம். சில பறவைகளின் நாக்குகளைப் பிளந்துவிட்டால் நன்றாகப் பாடும் என்றும் பழங்கால மக்கள் நம்பினார்கள். ஆனால் காற்றுக்குழாய் சுவாசப்பைகளுக்குப் பிரியும் இடத்தில் உள்ள உட்பகுதியில்தான் பறவை ஒலி ஆரம்பமாகிறது. அங்கு உள்ள ஒரு மெல்லிய சவ்வு மூலம் ஒலி உண்டாகிறது. ஒளி பொருந்திய நிறமில்லாத சிறிய பறவைகள் தான் மிக நன்றாகப் பாடுகின்றன, அழகிய நிறமில்லாத குறைபாட்டை. அவை தமது அழகிய பாட்டால் நிறைவு செய்து கொள்கின்றன. மற்ற பறவைகள் தங்கள் ஒளி நிறைந்த நிறங்களால் கவர்ச்சி செய்கின்றன. பறவைகளைக் கூர்ந்து நோக்கச் செல்பவர்கள் கண்களை விடக் காதுகளைத்தான் அதிகம் பயன்படுத்துவார்கள்; சிறிது தூரம் நடந்ததும் சற்று அப்படியே நின்று நன்றாக உற்றுக் கேட்பார்கள். மரங்களில் மறைந்துள்ள அப்பறவைகளின் ஒலிகளை இவ்வாறு கேட்டுப் பிறகு கண்டுகொள்வார்கள். வசந்த காலத்திலும் கோடைகால ஆரம்பத்திலும் தான் பறவைகளின் ஒலி மிக நன்றாக இருக்கும். இனிய பாட்டும் அப்பொழுது கேட்கிறது. பறவைகளின் கானத்தைக் கேட்பதற்கு அதிகாலையும் அந்திவேளையுமே சிறந்த நேரங்களாகும்.

6. இணை கூடுதல்

இராவேனிற் காலத்திலே புத்துயிர் பிறக்கின்றது. முட்டையிட்டுக் குஞ்சு பொரிக்கும் காலமும் அதுவே. பொதுவாக ஆண் பறவைகள்தான் பெண் பறவைகளை நேசித்து இணைகூட முயலும். அதற்காகத் திருமணக்கோலம் பூண்டு அவை பல வண்ணங்களையுடைய இறகுகளோடு விளங்குகின்றன. கொண்டை, தாடி, நீண்ட கழுத்திறகுகள், வால் தோகைகள், அங்கங்கே நல்ல நிறங்களையுடைய உடல் தோலின் தோற்றம், ஒளிபொருந்திய நிறங்களுடைய அலகுகள், கால்கள் இவற்றைக் கொண்டு அவை பொலிவோடு கவர்ச்சியாகத் தோன்றுகின்றன.

ஒவ்வொரு ஆண் பறவையும் தனக்கென ஒரு நிலப் பகுதியைச் சொந்தமாக்கிக் கொள்கிறது. பெண் பறவைகளைக் கவர்ச்சி செய்து அழைக்கிறது. போட்டிக்கு வரும் பறவைகளோடு சண்டையிடுகிறது. பிறகு இணை கூடுகிறது. இதைத் தொடர்ந்து கூடு கட்டுதல், குஞ்சுகளைப் பேணுதல் முதலிய கடமைகள் துவங்குகின்றன.

பெண் பறவை கவர்ச்சியற்ற நிறத்துடனேயே இருக்கும். இப்படி இருப்பதால் இது அடைகாக்கும்போது தீங்கு நேராமல் தன்னைக் காத்துக் கொள்ள முடிகிறது. பகைவர்கள் கண்ணில் இது படுவதில்லை. ஆனால் உள்ளான், காடை முதலிய இனங்களில் பெண் பறவைகள்தான் கவர்ச்சியான தோற்றத்தைக் கொண்டிருக்கின்றன. இதற்குக் காரணம் இந்த இனப் பெண் பறவைகள்

முட்டையிட்ட பிறகு ஆண் பறவைகளே அடைகாத்துக் குஞ்சுகளைக் காக்கின்றன!

நமது தேசீயப் பறவையான மயில், பெட்டையைக் கவர்ச்சி செய்வதைப் பார்த்திருக்கிறீர்களா?

பெண் மயிலுக்கு முன் தோகையை விரித்துக் கம்பீரமாக ஆடும். மயில் தோகை விரித்து ஆடுவதே ஒரு தனி அழகு. எத்தனை வண்ணங்கள்! எத்தனை ஜொலிப்புகள்!

பல வண்ணங்கொண்ட தனது தோகையை ஆண் மயில் விரித்து ஆடிப்பெண் மயிலைக் கவர்ச்சி செய்ய முயல்கிறது. அந்த வண்ணங்களெல்லாம் தங்கம் போலவும், நீலமாகவும், பச்சையாகவும் பிரகாசிப்பதைக் கண்டு மயங்காமலிருக்க முடியுமா?

இணை கூடுவதற்காக நேசிப்பதில் பலவகை உண்டு. அழகிய வண்ணங்கொண்ட கால்களை உடைய பறவைகள் வானில் எழுந்து பெட்டைக்கு முன்னால் தம் கால்கள் தோன்றும்படி மெதுவாகக் கீழே இறங்குகின்றன. சில பறவைகள் தமது அழகிய

காடை

உள்ளான்

இறகுகளைச் சிலிர்த்துக் கொண்டு பெட்டையை நெருங்குகின்றன.

கூடு கட்டும் இடத்தை ஒவ்வொரு பறவையும் நன்கு ஆராய்ந்த பிறகே தேர்ந்தெடுக்கும். குஞ்சுகளுக்குப் போதுமான உணவு அருகிலேயே கிடைக்கவேண்டும் என்ற நோக்கத்தையும் அது முக்கியமாகக் கொண்டிருக்கும்.

கூடு கட்டும் இடத்திற்காகப் பெரிய போராட்டம் திகழ்வதுண்டு. போராட்டம் ஒரு வகையாக முடிந்த பிறகு ஒவ்வொரு ஆண் பறவையும் தான் வெற்றிகண்ட இடத்தைச் சொந்தமாக்கிக் கொள்கிறது. பிறகு அமைதி நிலவும். பெண் பறவையை அது நேசித்து இணை கூடும். அதன் பிறகு கூடு கட்டுவதும், குஞ்சுகளைக் காப்பதுமான பணிகள் தொடங்குகின்றன.

7. கூடுகளும் அடைகாத்தலும்

உயிர் வாழ்வதற்காகப் பறவைகள் எப்பொழுதும் போராட வேண்டியிருக்கிறது. குஞ்சு பொரிக்கும் பருவந்தான் அதிக ஆபத்தானது. பாம்பு, எலி, அணில், ஓணான், குரங்கு இவற்றோடு மனிதனும் கூடப் பறவைகளின் முட்டைகளைக் களவாடுவதுண்டு. மற்ற பறவைகளையும் கூட நம்ப முடியாது. சாதாரணக் காக்கைகளும், கடற் காக்கைகளும் திருடுவதிலே பெயர் வாங்கியவை.

தேவைக்கேற்றபடி பறவைகள் நல்ல கூடுகளையோ, செப்பனிடாத ஒழுங்கற்ற கூடுகளையோ கட்டுகின்றன.

பொதுவாக ஆறு வகையான கூடுகளைக் காணலாம்.

(1) மேலே திறந்த கூடுகள்: இவை ஆழமாகவும் கிண்ணம் போலவும் இருக்கும். அதனால் முட்டைகளோ, குஞ்சுகளோ கீழே விழாமல் பாதுகாப்பாக இருக்கும். அடியிலே மெத்தென்று இருக்க நார், சிறு குச்சி, இறகுகள் இருக்கும். கூடுகளைப் பாதுகாக்க ஜோடியாகவோ, கூட்டமாகவோ பறவைகள் வசிக்கும், காக்கை, கொக்கு, புறா போன்ற பறவைகளின் கூடுகள் இப்படிப்பட்டவை.

(2) மூடிய கூடுகள்: முழுதும் மூடிய கூடுகளுக்கு ஒரு பக்கத்தில் மட்டும் சிறிய வழி இருக்கும். கூட்டின் உள்ளே சுற்றிலும் சுவர்போல உள்ள பகுதி சிறிய இறகுகளாலும், ரோமத்தாலும் மூடப்பட்டு இருக்கும்.

மலை மாரிக் குருவி
கொண்டைக் குருவி
மலை மொங்கான்
கிள்ளிச் சிட்டு
தெப்பக்கூடு
பஞ்சுருட்டான்
பூநாரை

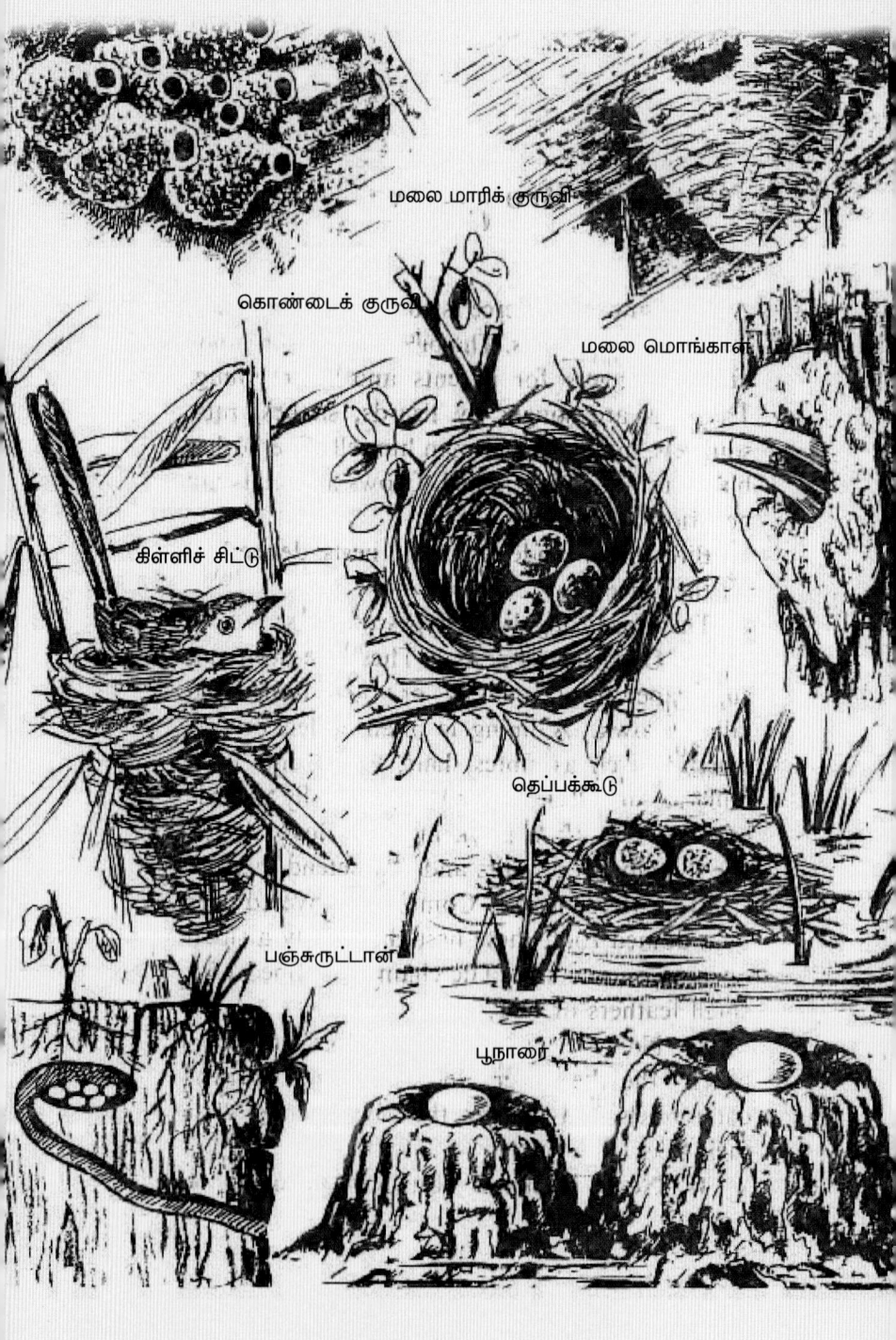

(3) சுரங்கக் கூடு : மீன் கொத்தி, பஞ்சுருட்டான் போன்ற பறவைகள் ஆற்றங்கரைகளில் தமது அலகால் சுரங்கங்களோ, குழிகளோ உண்டாக்கிக்கொள்ளும்.

(4) பொந்துக் கூடுகள் : மரம், பாறை, சுவர் இவற்றிலுள்ள பொந்துகளில் மரங்கொத்தி, ஆந்தை, கிளி, மைனா, மலைமொங்கான் போன்ற பறவைகள் கூடு அமைக்கும். இயற்கையாக உள்ள பொந்துகளை அவை பயன்படுத்துவதோடு தாமாகவே பொந்துகளை உண்டாக்கவும் செய்யும். மலைமொங்கான் ஒரு விநோதமான வழக்க முடையது. மரத்திலுள்ள பொந்திலே முட்டையிட்டுப் பெண் பறவை அடைகாக்கும் பொழுது ஆண் பறவை கூட்டை முழுவதும் அடைத்துவிடும். ஒரு சிறிய ஓட்டை மட்டுமே அதில் இருக்கும். ஆண் பறவை இரைதேடிக் கொண்டு வந்து அதன் வழியாகப் பெட்டைக்குக் கொடுக்கும்.

(5) வெளியே செல்லும் பொழுது மூடப்படும் கூடுகள்: முக்குளிப்பான், நீர்க்கோழி, காட்டு வாத்து இவற்றின் கூடுகள் மேலே திறந்து இருக்கும். ஆனால் கூட்டைவிட்டுப் போகும்பொழுது ஆண் பெண் பறவைகள் முட்டைகளை நன்றாக மூடிவைத்து விட்டுப் போகும். முக்குளிப்பானுடைய கூடு, களைகளாலும் நாணல் தட்டுகளாலும் ஆன சிறு தெப்பம்போலக் காணப்படும். வறண்ட தழைகளைப் போலவே இக் கூடுகள் தோன்றும்.

(6) கூடென்றே சொல்லமுடியாத கூடுகள் : ஆலா, ஆள்காட்டி, கரைக்கோழி இவை உண்மையில் கூடு கட்டுவதாகவே சொல்ல முடியாது. இவை தரையில் முட்டையிட்டுக் குஞ்சு பொரிக்கின்றன. இவற்றின் முட்டைகள் நிறத்திலே சுற்று புறத்தின் நிறத்தைப் போலவே இருப்பதால் அவற்றைக் கண்டுபிடிக்க முடியாது. கரைக் கோழி கிளிஞ்சல்களையும், கூழாங்கற்களையும், கரையிலுள்ள பாறைமீது சேர்த்து வைத்து அவற்றின் மேலே முட்டையிடுகின்றது.

சாதாரணமாகப் பெண் பறவைதான் அடைகாக்கும். ஆனால் ஆண் பறவையும் பெட்டைக்கு இப்பணியில்

உதவ முன்வருவதுண்டு, சில வேளைகளில் ஆண் அடைகாத்துக் கொண்டு, பெட்டை இரை தேடி உண்பதற்கு வழி செய்யும்.

பெரும்பாலான பறவைகள் ஆண்டிற்கு ஒரு முறையே முட்டையிட்டுக் குஞ்சு பொரிக்கும்.

எல்லாப் பறவைகளின் முட்டைகளும் முட்டை வடிவமாகவே இருப்பதில்லை. முட்டைகள் உருண்டுவிடாதவாறு பாதுகாப்பான மரப்பொந்துகள், பாறைகள், பாழடைந்த இடங்கள் இவற்றில் பல பறவைகள் முட்டையிடுகின்றன. அம்முட்டைகள் உருண்டை வடிவமாக இருக்கும். ஆள் காட்டியும் அதன் இனத்தைச் சேர்ந்த பறவைகளும் இடும் முட்டை பேரிக்காய் வடிவத்திலிருக்கும். தட்டையான பாறை மீதோ கடலின் மேலெழுந்து தோன்றும் பாறை உச்சியிலோ முட்டையிடும் பறவைகள், நீள்வடிவமான ஒரே ஒரு முட்டையை இடும்.

வெவ்வேறு இனப் பறவைகள் ஒரு சமயத்தில் இடும் முட்டைகளின் எண்ணிக்கை உணவு நன்றாகக் கிடைப்பதைப் பொருத்தும், பாதுகாக்கும் திறமையைப் பொருத்தும் இருக்கும். சில பறவைகள் ஒரே ஒரு முட்டைதான் வைக்கும் சில இரண்டு, சில நான்கு முட்டையிடும் பருந்து ஒன்று முதல் நான்கு முட்டைகளும், காட்டுவாத்து ஐந்து முதல் பதினாறு முட்டைகளும்

மரங்கொத்தி
கொண்டலாத்தி
பருந்து
மீன்கொத்தி
பிணந்தின்னி கழுகு
கத்திரி மூக்கி
ஆந்தை
காகம்
மாரிக் குருவி
பட்டாணி உள்ளான்
கூழைக்கடா
கொசு உள்ளான்

வைக்கும். நன்றாகப் பறக்கும் திறமையற்ற தரைவாழ் பறவைகளுக்கு ஆபத்து அதிகமாக நேருவதால் பொதுவாக அவை இருபது முட்டைகள் வரை இடும்.

முட்டைகளின் நிறமும் அவற்றின் மேல் உள்ள புள்ளிகளும் அவற்றைப் பாதுகாக்க உதவுகின்றன. மரங்கொத்தி, மீன் கொத்தி, சின்னக்கிளி, ஆந்தை இவைகள் பாதுகாப்பாக மூடிய கூடுகளைக் கட்டுவதால் முட்டைகளுக்குப் பாதுகாப்பு நிறம் தேவை இல்லை. ஆகையால் இவை வெண்மையான முட்டைகள் இடுகின்றன. திறந்த கூடுகள் கட்டும் பறவைகள் இடும் முட்டைகள் சுற்றுப்புற நிறம்போல அமையும். இதனால் தீங்கு நேராமல் முட்டைகள் பாதுகாக்கப்படுகின்றன. மங்கிய மஞ்சள், பச்சை, நீலம், பழுப்பு, ஊதா ஆகிய நிறங்களில் பல முட்டைகள் இருக்கும்.

பெரும்பான்மையான முட்டைகளின் மேற்பரப்பு மிருதுவாக இருக்கும். சில முட்டைகள் வழுவழுப்பாக இருக்கும்.

தாய் பறவை அடைகாத்து முட்டைகளுக்கு வெப்பம் தருகின்றது. ஒரே வகையான வெப்பத்தைக் கொடுப்பதற்காகத் தாய் பறவை தன் அடிவயிற்றில் உள்ள இறகுகள் சிலவற்றை உதிர்த்து விடும். சொட்டையான இந்த இடங்களில் முட்டைகளை அடக்கி நல்ல வெப்பம் தரும் இரை தேடுவதற்காகக் கூட்டைவிட்டு வெளியே போகும் சமயத்தில் முட்டைகளுக்கு வெப்பம் இல்லாமல் இருப்பதால் அவை பாதிக்கப்படுவதில்லை. ஏனென்றால் மிகக் குறுகிய காலத்திற்கே தாய் பறவைகள் கூட்டைவிட்டு வெளியே செல்லும். சிறு பறவைகள் குஞ்சு பொரிப்பதற்கு 11 நாட்கள் வரை ஆகும். ஆனால் பெரிய பறவைகள் குஞ்சு பொரிக்க 80 நாட்கள் வரை கூட ஆகும். மிருதுவான அலகுகளை உடைய பூச்சி தின்னும் பறவைகளும், கெட்டியான அலகுகளை உடைய தானியம் தின்னும் பறவைகளும் காலையிலிருந்து மாலைவரை தமது குஞ்சுகளுக்கு இரைதேடும் வேலையில் ஈடுபட்டிருக்கும். ஓரளவு தாமே ஜீரணம் செய்த உணவைச் சில பறவைகள்

குஞ்சுகளுக்கு ஊட்டும். புறாக் குஞ்சுகள் தமது தாயின் வாய்க்குள் அலகைத் துருத்தி ஓரளவு ஜீரணமான உணவை எடுத்துத் தின்னும். தாய் பறவையிடமிருந்து வரும் ஒருவிதச் சுரப்பும் அதில் கலந்திருக்கும். குஞ்சுகளுக்கு உணவு கொடுப்பது கடினமான வேலை. ஆனால் குஞ்சுகள் தாமே இரை தேடிக் கொள்ளும் வரையில் இப்பணி சலியாது நடை பெறுகின்றது.

சிட்டுக்குருவி, வானம்பாடி போன்ற பறவைகளின் குஞ்சுகளின் கண்கள் முட்டையிலிருந்து வெளிவரும் போது மூடியேயிருக்கும். அதனால் அக்குஞ்சுகளால் எதுவுமே செய்யமுடியாது. ஒரு வாரமோ இரண்டு வாரமோ ஆன பிறகுதான் அவை கூடுகளை விட்டு வெளியே செல்ல முடியும். இதற்கு மாறாக வாத்துக்குஞ்சு, கோழிக்குஞ்சு, கரைக்கோழிக்குஞ்சு முதலியவை முட்டையிலிருந்து வெளிவரும்போதே திறந்த கண்களுடனும், மென்தூவி நிறைந்தும் இருக்கும். உடனே இவற்றால் ஓடவும் நீந்தவும் இரையைக் கொத்தித் தின்னவும் முடியும்.

குஞ்சுகளைக் காப்பாற்றுவதற்காகப் பறவைகள் பகைவரை எதிர்த்து மிகத் துணிச்சலுடன் போராடும். சிறிய கொண்டைக்குருவி ஒன்று பருந்தொன்றைத் தாக்கி துரத்தியடித்ததை நான் பார்த்திருக்கிறேன். ஆபத்து வரும் என்று தெரிந்தால் பறவைகள் ஓர்

குஞ்சுகளுக்கு இரைதரும்
மாடப்புறா

பட்டாணி உள்ளானும் குஞ்சும்

எச்சரிக்கை ஒலி கொடுக்கும். உடனே சிறு குஞ்சுகள் தங்கள் தாயின் சிறகுகளுக்குள் புகுந்து கொள்ளும்.

கடற்கரையிலும், மரஞ்செடி கொடிகள் குறைவாக உள்ள இடங்களிலும் வசிக்கும் பறவைகள் ஆபத்து வரும் என்று தோன்றினால் தரையிலே அசையாமல் படுத்துக் கொள்ளும் இயல்புடையவை. தாயின் எச்சரிப்புக் குரல் கேட்டதும் குஞ்சுகள் தரையோடு தரையாகப் படுத்துக் கொள்ளும்.

குஞ்சுகளைக் கவரவரும் பகைவரைக் கவுதாரி போன்ற பறவைகள் ஏமாற்றி அவற்றைக் காப்பதுண்டு. இவை காயமுற்றவை போலவோ நொண்டியானவை போலவோ நடிக்கும். உடனே பகைப் பறவைகள் குஞ்சுகளை விட்டு இவற்றைப் பிடிக்க ஓடிவரும். சிறிது தூரம் அவற்றை இவ்வாறு திசைமாற்றி இழுத்துக்கொண்டு சென்று இந்தப் பறவைகள் பறந்தோடிவிடும்.

இவ்வாறு அன்புடனும் எச்சரிக்கையுடனும் இருந்தபோதிலும் ஆயிரக்கணக்கான குஞ்சுகள் ஒவ்வொரு ஆண்டிலும் மடிகின்றன.

8. வலசை வருதலும் வளையமிடலும்

பறவைகள் ஒரு பிரதேசத்திலிருந்து இன்னொன்றிற்குச் செல்வதும், பிறகு திரும்புவதும் ஒரு புதிராகும். ஆசியா, ஐரோப்பா, அமெரிக்கா ஆகியவற்றின் வடக்கு பகுதிகளில் முட்டையிட்டுக் குஞ்சு பொரிக்கும் பறவைகள், ஒவ்வோர் ஆண்டும் இலையுதிர் காலத்திலும், குளிர் காலத் துவக்கத்திலும் தெற்கத்திய வெப்பத்தை நாடி தொலை தூரம் வலசை வருகின்றன. பிறகு இள வேனிற் காலத்திலும், கோடைத் துவக்கத்திலும் பழைய இடத்திற்குத் திரும்புகின்றன.

காலநிலைமை மோசமாக இருந்தாலொழிய குறித்த காலந் தவறாமல் அவை இப்படி வலசை வருகின்றன. அவை வரும் நாளைக்கூடத் திட்டமாகச் சொல்லி விடலாம்.

சில பறவையினங்கள் நெடுந்தூரம் செல்லாமல் பக்கத்திலேயே ஒரு பகுதியிலிருந்து மற்றொரு பகுதிக்குச் செல்வதுண்டு. உணவு நிலைமை மாறு பாட்டாலும், வாழ்க்கை அமைதிக் குறைவாலும் எல்லாப் பறவைகளும் ஓரளவு அக்கம்பக்கங்களுக் குச்செல்லுவதுண்டு.

கோடை காலத்தில் மலை உச்சிப் பகுதியில் வாழும் பறவைகள் குளிர் காலத்தில் மலையடிவாரப் பகுதிக்கோ, சமவெளிப் பகுதிக்கோ வருவதுண்டு. இந்தியாவில் சித்து கங்கை சமவெளியின் அருகிலுள்ள மிக உயர்ந்த இமயமலைப் பகுதிகளிலே இவ்வாறு நடைபெறுகின்றது.

கண்கிலேடி

நெடுந்தூரம் வலசை செல்லுகின்ற பறவைகள் எத்தனையோ துன்பங்களையும் ஆபத்துகளையும் துணிச்சலோடு தாங்குகின்றன. மலை, காடு சமவெளி முதலியவற்றின் மேலே வானிலே பறப்பதோடு மிகப் பெரிய நீர்ப்பரப்புகளையும் அவை கடக்க வேண்டியிருக்கும். சில வேளைகளில் திடீரென்று புயல் வீசி இப் பறவைகளைத் திசை தடுமாறும்படி செய்வதுண்டு. கடலுக்குள் மூழ்கி இறக்கும்படியும் புயல் வீசும். பிரகாசமான விளக்குகள் இரவிலே வலசை வருகின்ற பறவைகளுக்குக் குழப்பம் விளைவிக்கும்.

வலசை வரும் பறவைகள் மிக வேகமாகப் பறக்காமல் மணி ஒன்றிற்கு 48 முதல் 64 கி.மீ. வரை பறக்கும். 80 கி.மீ.க்கு அதிகமாகப் பறப்பது அரிதே. சிறிய பறவைகள் மணி ஒன்றிற்கு 48 கி. மீ.க்கு அதிகமாகப் பறப்பதில்லை. தரைவாழ் பறவைகள் மணி ஒன்றிற்கு 64 முதல் 80 கி.மீ. வரை பறக்கும். காட்டு வாத்துகள் 80 முதல் 96 கி.மீ. வரை பறக்கும். வலசை வரும் பறவைகள் பொதுவாக 900 மீட்டர் உயரத்திற்குக் கீழேயே பறக்கும். ஆனால் சில பறவைகள் இன்னும் அதிக உயரத்தில் பறப்பதுண்டு.

சில பறவைகள் தமது பயணத்தை மத்தியில் நிறுத்தி நிறுத்தி ஓய்வு எடுத்துக்கொண்டு செல்லும். வேறு சில பறவைகள் உணவையும் ஓய்வையும் கருதாமல் ஒரேயடியாக நீண்ட தொலைவுகள் செல்லும். சில பகலில்தான் பயணம் செய்யும். சில பகலிலும், இரவிலும் செல்லும். ஆனால் பெரும்பாலான பறவைகள் இரவிலேயே செல்லும்.

தாரா

பறவைகள் சாதாரணமாகக் கூட்டங் கூட்டமாகவே பயணம் செய்யும். கொக்கு, காட்டுவாத்து இவை 'V' போன்ற வரிசையில் அழகாகப் பறப்பதைப் பலரும் பார்த்து மகிழ்ந்திருப்பார்கள்.

மாரிக் குருவி, ஈப்பிடிப்பான் முதலிய தரை வாழ் பறவைகளும், நீர் வாழ் பறவைகளும் தம் தம் இனத்தோடு முதலில் கூட்டமாகக் கூடும். பிறகு கூவிக் கொண்டும் இரைச்சலிட்டுக் கொண்டும் வானில் எழுந்து, வலசை புறப்படும்.

சாதாரணமாக ஆண் பறவைகள்தான் முதலில் போகும். சில நாட்களுக்குப் பிறகு பெண் பறவைகள் அவற்றைத் தொடரும்.

பருவ காலத்திற்குத் தக்கவாறு பறவைகள் இடம் பெயருவதைப் பழங்காலத்திலிருந்தே மக்கள் அறிந்துள்ளார்கள். ஆனால் அதன் காரணத்தைப் பற்றி அவர்களுக்கு விநோதமான எண்ணங்கள் இருந்தன. ஓர் பருவத்தில் ஒரு பறவையினம் ஓரிடத்தில் இல்லாமல் இருந்தால் அந்த இனம் மண்ணிலே புகுந்து குளிர் காலம் முழுவதும் உறங்கிக் கொண்டிருப்பதாக மக்கள் சொல்வார்களாம்!

பறவைகள் இடம் பெயருவதைப் பற்றித் திட்டமிட்ட ஆராய்ச்சி பிற்காலத்தில்தான் தொடங்கியது, அவற்றின் பழக்கங்களை ஆராய்ந்தும் அவற்றிற்குக் கால்களில் வளையமிட்டும் பல உண்மைகளை அறியத்தொடங்கினர்.

ஒரு பறவையை உயிரோடு பிடித்து அதன் ஒரு காலில் ஒரு வளையத்தை மாட்டி விடுவார்கள். இந்த வளையத்தில் ஒரு குறிப்பிட்ட எண்ணும், தேதியும் அதைக் கண்டுகொள்வதற்கான அடையாளங்களும் இருக்கும். அந்தப்பறவையைக் கைப்பற்றியவர்கள் இந்த வளையத்தை அனுப்ப வேண்டிய முகவரியும் இருக்கும். இவ்வளையத்தை மாட்டியபின் பறவையை விட்டுவிடுவார்கள். இப் பறவை சுடப்பட்டோ, தானாகவே இறந்தோ பிடிபடும் இடத்தைக் கொண்டு இது எந்தத் திசையில் எந்தப் பகுதிக்கு வலசை செல்லுகின்றது என்பதை அறிந்துகொள்ளலாம்.

இலையுதிர் காலத்தில் வடக்கிலிருந்து தெற்கே வலசை வருவதையும், இளவேனிற் காலத்தில் திரும்பிச் செல்வதையும் இச் சோதனையின் மூலம் கண்டு பிடித்துள்ளனர். வடமேற்கில் சைபீரியாவில் உள்ள பைகால்ஏரிப் பகுதியிலிருந்தும், ஆரல் ஏரிப் பகுதியிலிருந்தும் இந்தியாவுக்குப் பல பறவைகள் வருகின்றன. சில வகைக் கொக்குகள் மேற்கு ஜெர்மனியிலிருந்தும் வருகின்றன.

வளையமிடுதல்

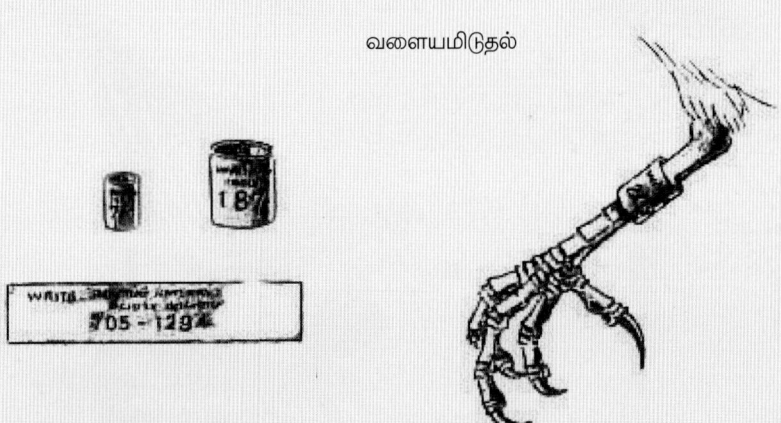

மங்கோலியாவிலிருந்தும் சீன துருக்கிஸ்தானத்திலிருந்தும் வடகிழக்கு இமயமலைத் தொடரிலுள்ள கணவாய்களின் வழியாக வருகின்ற பறவைகளும் உண்டு. இமயமலையின் வட மேற்கு, வட கிழக்குச் சரிவுகளில் உள்ள கணவாய்களே இந்தியாவிற்குள் நுழையும் முக்கியமான வழிகளாகும். ஆனால் சில பறவைகள் இமயமலைச் சிகரங்களின் மேலேயே நேராகப் பறந்து வருகின்றன.

வளையமிடும் பரிசோதனையிலிருந்து பறவைகள் நெடுந்தொலைவு வலசை செல்லுகின்றன என்றும் தெரியவந்துள்ளது. இமயமலையிலிருந்து நீலகிரிக்குள்ள 2,400 கி. மீ. தொலைவிலே எங்கும் நில்லாமல் கானக்கோழி பறந்து வருகின்றதாம்! மத்திய ஆசியாவிலிருந்தும், சைபீரியாவிலிருந்தும் 3,200 முதல் 4,800 கி.மீ. தொலைவு வரை இமயமலைச் சிகரங்கள் வழியே பறந்து காட்டு வாத்து நமது ஏரிகளை வந்தடைகின்றது. சிட்டுக்குருவியின் அளவேயுள்ள வாலாட்டிக் குருவி மத்திய ஆசியாவிலிருந்தும் இமயமலைப் பகுதியிலிருந்தும் சமவெளிகளை நோக்கி வருகின்றது. கதிர்க் குருவி ஒவ்வொரு குளிர்காலத்திலும்

கதிர்க் குருவி

வாலாட்டிக் குருவி

கொண்டைக் குயில்

3,200 கி.மீ. பயணம் செய்து நம்மையடைகின்றது. (இது சிட்டுக் குருவியின் பாதியளவே வழியிலே பல பறவைகள் உயிரிழக்க நேரிடுகிறது. அப்படியிருந்தும் பறவைகள் வலசை வருவதற்குக் காரணம் என்ன? முக்கியமாகக் கடுங் குளிரிலிருந்து தப்பித்துக் கொள்வதும், அக்காலத்தில் உணவு கிடைப்பது அரிதாவதுமே காரணங்களாகும். தண்ணீர் உறைந்து போய் விடுவதால் கடலிலிந்து மீன் முதலிய உணவு எதுவுமே நீர்வாழ் பறவைகளுக்குக் கிடைக்காது. கூடு கட்டும் இடங்கள் நன்கு கிடைப்பதாலும், கோடைகால வெப்பத்திலிருந்து தம்மைக் காத்துக் கொள்ளக் கருதியும், இளவேனிற் காலத்திலே பறவைகள் மீண்டும் திரும்பிப் பயணம் செய்கின்றன.

பறவைகளின் வலசை பற்றிய ஆராய்ச்சி மிகுந்த சுவையுள்ளதாகும். ஆனால் இதிலே இன்னும் விளங்காத பல பிரச்சினைகள் உள்ளன. எப்பொழுது புறப்படுவதென்று பறவைகளுக்கு எப்படித் தெரிகின்றது? அடையாள நிலப் பகுதியே இல்லாத கடலிலே அவை எப்படி வழி கண்டுபிடிக்கின்றன? ஒவ்வோர் ஆண்டிலும் குறிப்பிட்ட ஒரே இடத்திற்கே அவை எப்படி வருகின்றன? கொண்டைக் குயில்கள் முட்டையிட்டு விட்டு இந்தியாவுக்கும் ஆப்பிரிக்காவுக்கும் வந்துவிடுகின்றன.

அப்படியிருந்தும் பல வாரங்களுக்குப் பிறகு இளங் கொண்டைக் குயில்கள் தம்மை வளர்த்த பறவைகளை விட்டுவிட்டு வலசை வந்து எப்படி முன்னாலேயே வந்த கொண்டைக் குயில்களோடு சேர்ந்து கொள்ளுகின்றன? இவை போன்ற பல கேள்விகளுக்கு இன்னும் தீர்வு காணவேண்டிய நிலையில் தான் இருக்கிறோம்.

௯. உடல் அமைப்பு

பறவையின் உடல் அமைப்பை ஆராய்வதும் ஒவ்வொரு பகுதியின் பயனைத் தெரிந்து கொள்வதும் இன்னும் அதிக சுவை பயப்பதாகும். பறவையின் எலும்புக் கூடு அநேகமாக மனிதனின் எலும்புக் கூட்டை ஒத்து இருக்கிறது. பறவைக்கு இரண்டு சிறகுகளும் இரண்டு கால்களும் ஒரு வாலும் உண்டு. எளிதில் மடக்கி வைத்துக்கொள்ள வசதியாகவும் தோள்பட்டை இயங்குவதற்கு வசதியாகவும் சிறகுகள் அமைந்துள்ளன. பறவையின் சிறகு மனிதனுடைய கரத்தைப் போலவே இருக்கிறது. ஆனால் சிறகின் நுனியிலே உள்ள கையில் ஒரே ஒரு நீளமான பெரிய விரல் தான் இருக்கும். இதில் உள்ள எலும்புகளின் மேல் சிறகுத் தசைகளும் இறகுகளும் வளைவாக அமைந்துள்ளன. திறந்த குடையை வேகமாக மேலும் கீழும் தள்ளினால், மேலே தள்ளுவதே எளிதாக இருக்கும். ஏன்? கீழேதள்ளும் போது காற்று தடை செய்கின்றது. இந்தக் காற்றுத் தடையைப் பயன்படுத்தியே பொதுவாகப் பறவைகள் பறக்கின்றன என்று கூறலாம்.

சிறகில் உள்ள இறகுகள் திட்டவட்டமான சில தொகுதிகளாக அமைந்துள்ளன. கை என்று சொல்லக் கூடிய நீளமான விரலிலே பறப்பதற்குச் சாதகமான முதல் 10 இறகுகள் இருக்கின்றன. திசைமாறுவதற்கு இவை பயன்படும். சிறகின் மேல் பகுதியிலே பறப்பதற்குச் சாதகமான 12 அல்லது 14 இறகுகள் இருக்கும்.

எலும்புக் கூடு

இறகுகள் அடுக்கடுக்காக இருப்பதால் பறப்பதற்கு எளிதாகின்றது. சிறகு தோளோடு சேரும் பகுதியில் சில இறகுத் தொகுதிகள் உண்டு.

இவை காற்றினால் தடை ஏற்படாதவாறும் நீர்த்துளி உள்ளே புகாதவாறும் தடுக்கின்றன.

பறவைகளின் எலும்புகள் உள்ளே பொந்தானவை; கனமில்லாதவை; ஆனால் வலிமை வாய்ந்தவை. மார்பு எலும்பு அகலமாகவும் கப்பலின் முதுகுபோலவும் அமைந்துள்ளது. இதனோடு வலிமையான மார்புத் தசைகள் இணைந்திருக்கின்றன. இத் தசைகளின் உதவியால் பறவை சிறகுகளை அசைக்கின்றது.

ஒன்றன் மேல் ஒன்று சேர்ந்துள்ள விசிறியைப் போன்ற இறகுகளால் பறவையின் வால் அமைந்துள்ளது. வாலில் சாதாரணமாக 12 அல்லது 16 இறகுகள் உண்டு. மத்திய

இறகு வாலின் மேல் பகுதியில் இருக்கும். மற்றவை இதற்குக் கீழாக ஒவ்வொரு பக்கத்திலும் ஒன்றோடு ஒன்று இணைந்து கீழாக இருக்கும். வால் - மடங்கியுள்ள போது மத்திய இறகே நமக்கு முக்கியமாகத் தெரியும். மற்ற இறகுகள் கீழாகத் தோன்றும்.

வாலை விரிக்கவும் மடக்கவும், உயர்த்தவும் கீழே தாழ்த்தவும் முடியும். இவ்வகையில் கப்பலில் உள்ள சுக்கான் போல வால் உதவுகின்றது. சிட்டுக் குருவியை வேட்டையாடும் வைரியின் சிறகையும் வாலையும் போல அடர்த்தியான இறகுகளையுடைய பறவைகள் எளிதாகவும் ஒய்யாரமாகவும் பறக்கும். உள்ளானைப் போல நீண்ட சிறகுகளும் குறுகிய வாலும் உடைய பறவைகள் வேகமாகவும் உடம்பைக் குலுக்குவது போலவும் பறக்கும், அவரைக் கண்ணியைப் போல வால் நீளமாகவும் சிறகுகள் குறுகி வட்டமாகவும் அமைந்துள்ள பறவைகள் பட் பட வென்ற சிறகுகளை அடித்துக் கொண்டு சிரமப்பட்டுப் பறக்கும்.

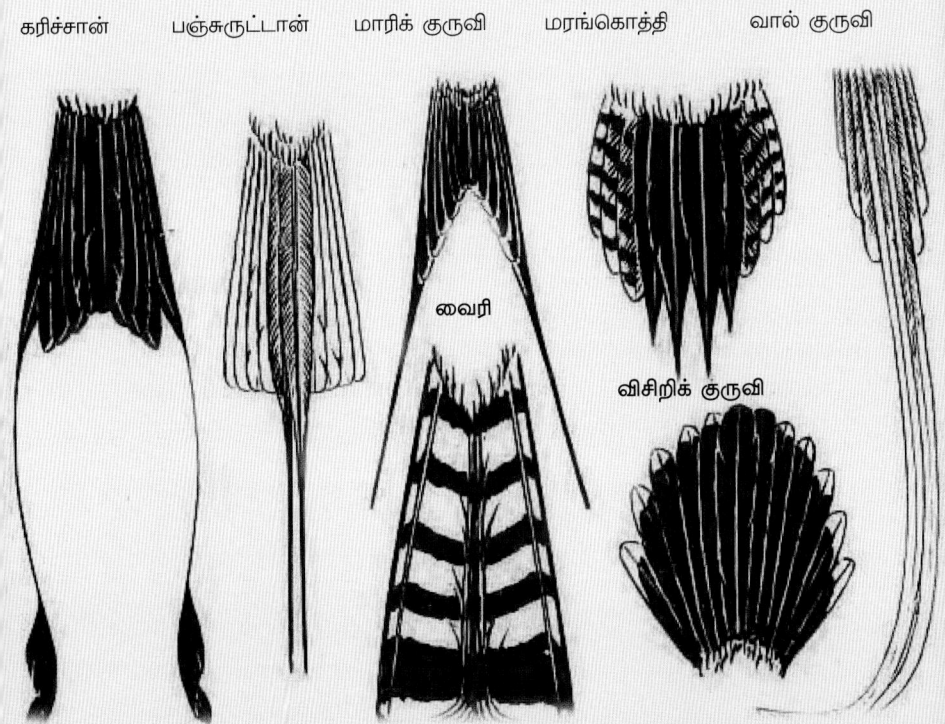

கரிச்சான்
பஞ்சுருட்டான்
மாரிக் குருவி
மரங்கொத்தி
வால் குருவி
வைரி
விசிறிக் குருவி

பறப்பது மூன்று வகைப்படும். (1) சிறகடித்தல்; பெரும்பாலான பறவைகள் இவ்வாறுதான் பறக்கின்றன. (2) சரிந்து வருதல், வேகமாகப் பறந்து பிறகு சிறகுகளை அடிக்காமல் சறுக்கியவாறு வருதல். (3) வானில் மிதந்தவாறு பறத்தல். சிறகுகளை அடிக்காமலேயே சில பறவைகள் வானில் நீண்ட நேரம் வட்டமிடுவதைக் காணலாம்.

திறந்த வெளியில் மட்டும் பறக்கும் பறவைகளுக்கு நீண்டதும் குறுகலானதும் நுனியில் கூர்மையானதுமான சிறகுகள் இருக்கும். இச்சிறகுகளின் நுனியில் எழுகின்ற ஒலியுடன் இப் பறவைகள் மிக வேகமாகப் பறக்கின்றன. காட்டில் வசிக்கும் பறவைகளுக்குக் குறுகிய வட்டமான சிறகுகள் இருக்கும். பறக்கத் தொடங்கும் பொழுது இப்பறவைகளின் சிறகுகளில் ஒலி உண்டாகும். ஆனால் ஆந்தைக்குச் சிறிய சிறகுகள் இருந்தாலும் ஒலியே இல்லாமல் பறக்கின்றது. ஏனென்றால் அதன் சிறகிலுள்ள இறகுகள் பட்டு போல இருப்பதால் ஒலி வெளியில் கேட்பதில்லை. இதனால் ஆந்தை கொஞ்சமும் ஒலி எழுப்பாமல் பறந்து சென்று இரையைப் பிடிக்க முடிகின்றது.

பறவைகள் தமது இறகுகளைப் பாதுகாப்பதில் தனிப்பட்ட கவனம் செலுத்துகின்றன. சுத்தம் செய்யவும், கோதி ஒழுங்குபடுத்தவும், எண்ணெய் இடவும் அவை எவ்வளவோ நேரம் செலவழிக்கும். தமது உடலிலே வாலின் அடிப்பகுதியில் உள்ள எண்ணெய்ச் சுரப்பிகளிலிருந்து அலகால் எண்ணெயை எடுத்து இறகுகளுக்கிட்டுக் கோதுகின்றன. ஆண்டுக்கு ஒரு முறை பல பறவைகள் தமது இறகுகளை உதிர்த்துவிடும். இலையுதிர் காலத்திலே இது நடக்கும். எல்லா இறகுகளும் உதிர்ந்து புதிய இறகுகள் தோன்றும். ஆண்டுக்கு இருமுறை சில பறவைகள் இறகுதிர்ப் பதுண்டு. சில பறவைகள் ஆண்டுக்கு மூன்று முறை இறகுதிர்க்கும்.

இரையைப் பிடிக்கவும், உண்ணவும் ஏற்றவாறு பறவைகளுக்கு அலகுகள் அமைந்துள்ளன. இரையை

அலகுகள்

எளிதில் கிழிப்பதற்கு ஏற்றவாறு பருந்து, கழுகு, வைரி இவைகளுக்கு வளைந்த குறுகிய அலகுகள் இருக்கின்றன. மீன்களைக் குத்தி எடுப்பதற்கு ஏற்றவாறு நாரைகளுக்கு நீண்ட அலகுகள் உண்டு. சதுப்பு நிலத்திலுள்ள சேற்றிற்குள் துழாவி இரையை எடுப்பதற்கு ஏற்றவாறு நீரில் நடக்கும் பறவைகளுக்கு அலகுகள் நீண்டு நுட்ப உணர்ச்சியோடு அமைந்திருக்கின்றன. தானியங்களை உமிநீக்கிப் பொடிப்பதற்கு ஏற்றவாறு சிட்டுக்குருவியின் அலகுகள் சின்னக் கூம்பு வடிவில் இருப்பதைக் காணலாம். வாத்தின் தட்டையான அலகிலே பல் வரிசைகள் போலச் சிறு தகடுகள் உண்டு. அவற்றின் வழியே தண்ணீர் வெளி வந்துவிடும்; ஆனால் சிறிய இரைகள் வாயிலேயே தங்கும்.

மாரிக் குருவி, உழவாரக் குருவிகளின் அலகுகள் சிறியவை; ஆனால் இவற்றின் வாய் மிக அகலமாக இருப்பதால் பறக்கும் பூச்சிகளை எளிதில் பிடிக்கின்றன. மலர்களின் அடியிலுள்ள மதுவைக் குடிப்பதற்கு ஏற்றவாறு தேன் சிட்டுக்களின் அலகுகள் மென்மையாகவும் வளைந்தும் உள்ளன.

அலகின் உதவியால் இரையைப் பிடிக்கின்றது; ஒன்றோடு ஒன்று பேசிக் கொள்ளுகிறது; கூடு முடைகிறது; குஞ்சுகளின் தேவைகளை நிறைவேற்றுகிறது. இரையைக் கொல்லுகிறது; தன்னைத் தானே பாதுகாத்துக் கொள்ளுகிறது. அலகே ஒரு கருவியாகவும் பயன்படுகிறது. கத்தி போலவும், இடுக்கி போலவும், கத்தரி, போலவும் பறவை அதைப் பயன்படுத்துகின்றது. இம்மாதிரியான வேலைகளைச் செய்வதற்கு வசதியாகப் பறவையின் கழுத்து அமைந்திருக்கிறது. பறவை தன் தலையை முழுவதுமே திருப்ப முடியும்.

பறவைகளின் அலகுகளைப் போலவே அவற்றின் கால்களும் பல வேறு விதங்களில் அமைந் திருக்கின்றன. ஓடுவதற்கும் கிளைகளில் அமர்வதற்கும், கீறிக்கொள்வதற்கும், நீந்துவதற்கும், பிடித்துக் கொள்ளுவதற்கும் கால்விரல்கள் பயன்படுகின்றன. நமது கட்டைவிரலைப்போல இருப்பதுதான் பறவையின்

முதல் விரல், அது பின்புறம் திரும்பி இருக்கும். உள் பக்கத்திலிருக்கும் இரண்டாம் விரலில் இரண்டு எலும்புகள் உள்ளன. மூன்றாம் விரல் மத்தியிலிருக்கும். அதில் மூன்று மூட்டுகள் உண்டு. நாலாவது விரல் வெளிப்புறமாக இருக்கும். அதிலே நான்கு மூட்டுகள் உண்டு. அநேகமாக எல்லாப் பறவையினங்களிலும் இந்த அமைப்பேதான் காணப்படுகின்றது.

கிளைகளில் அமரும் பறவைகளுக்குக் கிளைகளை உறுதியாகப் பிடித்துக் கொள்ளுவதற்காகப் பின்புற விரல்கள் நீளமாக இருக்கும். வாத்தின் கால் விரல்கள் நீந்துவதற்கு வசதியாக ஒன்றோடு ஒன்று ஒருவகைத்

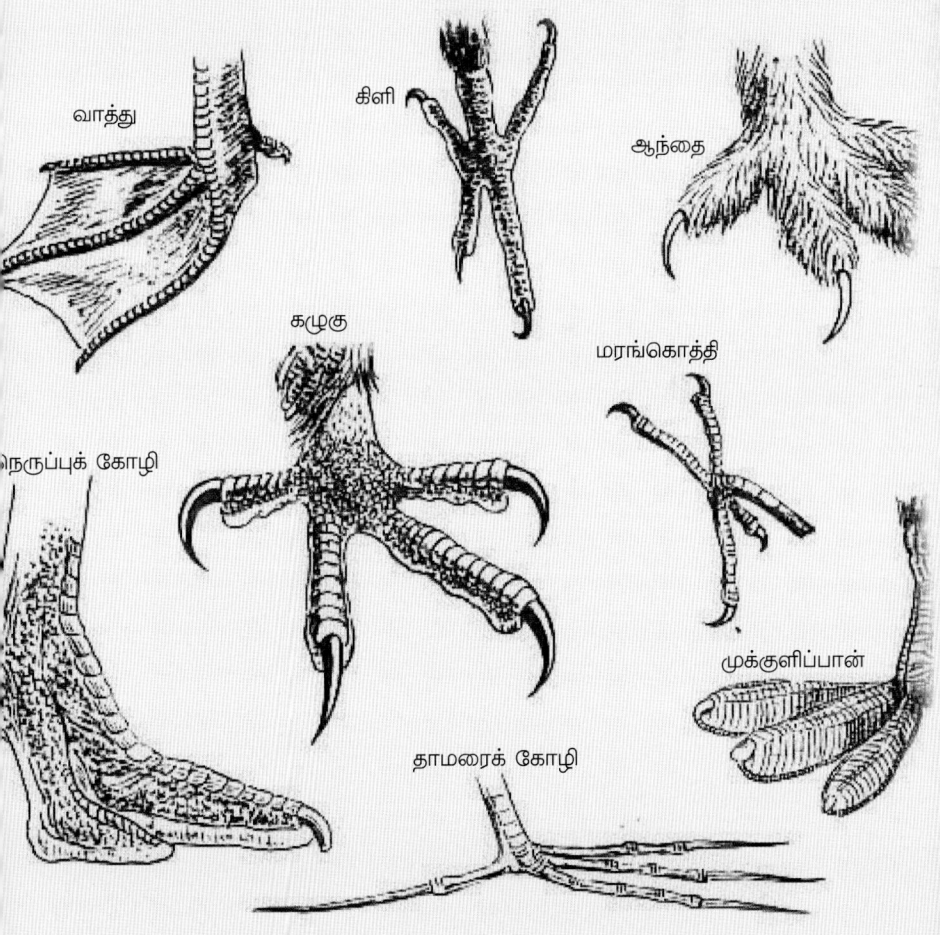

வாத்து
கிளி
ஆந்தை
கழுகு
மரங்கொத்தி
நெருப்புக் கோழி
முக்குளிப்பான்
தாமரைக் கோழி

தோலால் இணைக்கப்பட்டிருக்கும்; பின்புறமுள்ள விரல் மிகச் சிறிது. சேற்றில் அழுந்திப் போகாதவாறு கொக்கின் கால் விரல்கள் மெல்லியனவாகவும் ஒன்றிற்கொன்று அதிக இடைவெளி உள்ளனவாகவும் இருக்கும். நிலத்தில் வாழும் வானம்பாடிக்கும் வயல் சிட்டிற்கும் பின்புற விரலில் உள்ள நகம் மிகப் பெரிதாக இருக்கும். மாரிக் குருவியின் முன்புற விரல்கள் ஒன்றோடொன்று பிணைக்கப்பட்டிருக்கும்; மரங் கொத்திக் குருவியின் விரல்கள் ஜோடி ஜோடியாக அமைந்திருக்கும். நெருப்புக் கோழிக்கு இரண்டே விரல்களையுடைய பெரிய கால்கள் உண்டு.

சிறு பறவைகள் 10 முதல் 13 ஆண்டுகள் வரை உயிர் வாழும். கழுகுகள் 20 ஆண்டுகளும் சில பெரிய பறவைகள் 30 ஆண்டுகள் வரையிலும் வாழ்கின்றன.

பறவைகளின் உடல் வெப்ப நிலை 104 முதல் 110 டிகிரி பாரன்ஹீட் வரை இருக்கும். விலங்குகளுக்கும் மனிதனுக்கும் உடல் வெப்ப நிலை 98.4^0 பா. ஆகும். மனிதனுக்கு 106^0 பா. காய்ச்சல் வந்தால் அவன் பிதற்றத் தொடங்கிவிடுவான்.

10. கூடு கட்டப் பெட்டிகளும் இரை தூவும் மனைப் பலகைகளும்

இவ்வளவு தூரம் பறவைகளைப் பற்றித் தெரிந்துகொண்ட பிறகு அவற்றைக் கூர்ந்து கவனிக்கவும், மேற்கொண்டு பல உண்மைகளைக் கண்டறியவும், உங்கள் வீட்டிலோ வீட்டுத் தோட்டத்திலோ அவற்றைக் காணவும் நீங்கள் விரும்புவீர்கள். பறவைகளுக்கு இரை வைத்தாலும், கூடு கட்டப் பெட்டிகளை அமைத்துக் கொடுத்தாலும் அவை உங்களுக்கு அருகிலேயே வந்து தங்குவதோடு முட்டையிட்டுக் குஞ்சு பொரிக்கவும் செய்யும்.

பறவைகள் கூடு கட்டுவதையும் குஞ்சுகளுக்கு இரை கொடுப்பதையும் நீங்கள் நேராகப் பார்க்கலாம்; ஆனால் அவற்றிற்கு மிக அருகிலே செல்லக் கூடாது; அசையாமல் இருக்கவும் தெரிந்து கொள்ளவேண்டும். தமக்கு ஏதாவது தொல்லை ஏற்படுகிறது என்று கருதினால் அவை உங்களுக்குத் தெரியாத வேறு பாதுகாப்பான இடத்திற்குச் சென்று கூடு கட்டத் தொடங்கிவிடும். தாய் பறவைகள் இரை தேடுவதற்காகச் சென்றிருக்கும் சமயத்தில் வேண்டுமானால் இளங்குஞ்சுகளைப் பார்த்துவிட்டு வந்து விடலாம். குஞ்சுகளைக் கூட்டிலிருந்து எடுக்கவே கூடாது. இளங்குஞ்சுகள் மிகவும் மென்மையானவை; அவைகளுக்கு எளிதிலே காயமுண்டாகிவிடும்.

தோட்டத்திலுள்ள ஒரு வசதியான இடத்திலே தானியங்களைத் தூவிவிட்டு விட்டு நீங்கள்

ஒளிந்து கொள்ளலாம்; அசையவே கூடாது. சிட்டுக் குருவி தானியத்தைப் பொறுக்க நிச்சயமாக வரும். சுற்றிலும் பார்த்துவிட்டுத்தான் வரும். சில சமயங்களில் தானியங்களைத் தொடாமலேயே பறந்தோடிவிடும்; ஆனால் நீங்கள் பொறுமையிழக்கக் கூடாது. (பறவைகளைக் கவனிப்பதற்குப் பொறுமை மிகமிகத் தேவை) பொறுமையோடிருந்தால் அந்தக் குருவி மற்ற குருவிகளோடு வேகமாக வந்து இரையைப் பொறுக்கத் தொடங்குவதைக் காணலாம்,

ஒரு தேங்காயை இரண்டாக உடைத்து ஒவ்வொரு மூடியின் மேற்புறத்திலும் துளைகள் செய்து படத்தில் காட்டியவாறு ஜன்னலுக்கு அருகிலேயே தொங்கவிடலாம். பறவைகளுக்குத் தேங்காய் ஒரு பெரிய விருந்து. பட்டாணிக் குருவிகள் இதை மிகவும் விரும்பி உண்ணும்.

கசாப்புக் கடையிலிருந்து ஒரு பெரிய எலும்பைக் கொண்டு வந்து சுத்தம் செய்து அதிலுள்ள பொந்திலே கொழுப்பையோ, பிசைந்த உருளைக் கிழங்கையோ நிரப்பி ஒரு மாத்தில் தொங்கவிடலாம். அதையும் அடிக்கடி போய்ப் பார்த்து வரலாம். இரை வைப்பதற்கு இரண்டு வகையான மனைப் பலகைகளும் செய்யலாம். பூனை ஏற முடியாத வகையில் குறைந்தது ஒரு மீட்டர்

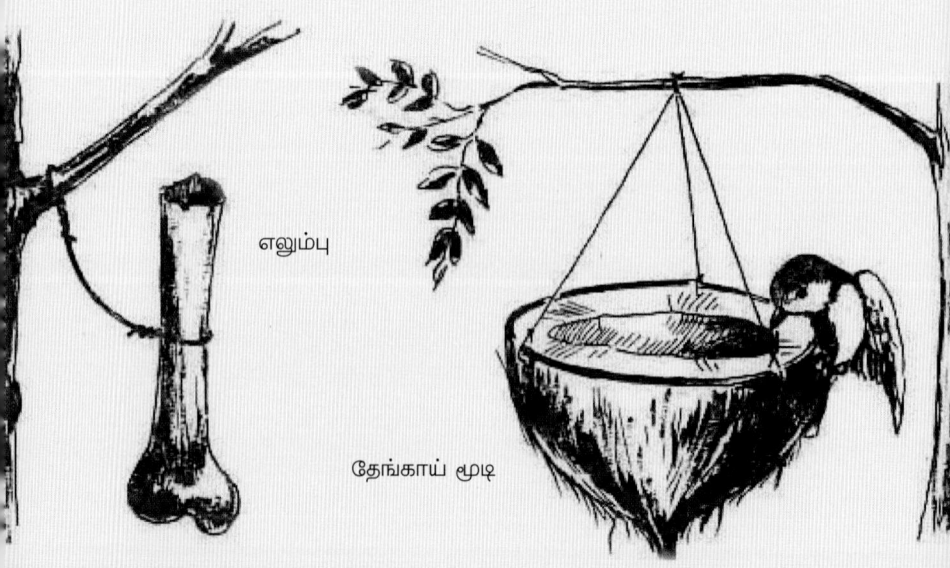

எலும்பு
தேங்காய் மூடி

இரை தூவும் மனைப் பலகைகள்

உயரமுள்ள ஒரு கம்பத்தில் பலகையைப் பொருத்தி, பிறகு அக்கம்பத்தை நிழலுள்ள ஏதாவது ஓரிடத்தில் தரையில் நட்டு வைக்கலாம். ஒரு பலகையைக் கயிற்றின் மூலம் மரத்தில் கட்டித் தொங்க விடுவது இரண்டாவது முறை. மனைப் பலகைகளில் தண்ணீர் வைக்க மறந்துவிடாதீர்கள். தண்ணீர் ஏனம் கவிழ்ந்து விடாதவாறு அசையாமல் பொருத்தி வைக்கவேண்டும். பறவைகள் அடிக்கடி நீர் குடிக்கும். தண்ணீரிலே குளிக்கவும் அவை விரும்பும். கோடைகாலத்தில் குளிப்பதற்கு அவற்றிற்கு விருப்பம் அதிகம்.

உங்கள் தோட்டத்தில் பட்டுப்போன மரமோ கிழட்டு மரமோ ஏதாவது இருந்தால் அதை வெட்டி விடாதீர்கள். அதிலே இயற்கையாகவே ஓட்டைகளும், பொந்துகளும் இருக்கும். பல பறவைகள் அவற்றிலே கூடுகட்ட விரும்பும்.

கிழட்டு மரமோ, பட்டுப்போன மரமோ உங்கள் தோட்டத்தின் அழகைக் குறைக்கிறது என்று நினைத்தால் காகிதப் பூக்கொடி போன்ற ஏதாவது.

பட்ட மரத்தில் கொடி படர்ந்திருத்தல்

மேசையில் ரொட்டித் துணுக்குகள்

ஓர் அழகிய கொடியை அதில் படரவிட்டு விடலாம். இது தோட்டத்திற்கு அழகு கொடுக்கும். பறவைகளும் உங்களோடு தங்கும்.

இவ்வாறே கூடு கட்டும் பெட்டிகளையும் செய்யலாம். ஆனால் இதில் சில விஷயங்களை முதலில் கவனித்துக் கொள்ள வேண்டும். 1. கூடு கட்டப் பறவைகள் விரும்பும் இடங்கள், 2. அவை கட்டும் கூடுகளின் வகை, 3. கூடு கட்டப் பயன்படுத்தும் பொருள்கள், உங்கள் பக்கத்திலே இருக்கும்படியான பறவைகளுக்குப் பொருத்தமான கூடுகள் அமையாவிட்டால் உங்கள் முயற்சி வீணாகிவிடும். ஏனென்றால் வெவ்வேறு இனப் பறவைகளுக்கு வெவ்வேறு வகையான விருப்பங்களும் தேவைகளும் உண்டு. இயற்கையாகப் பறவைகள் கூடு கட்டுகின்ற மரப் பொந்துகளைக் கவனித்தால் அப்பறவைகளுக்கு எந்த உருவத்தில், எந்த அளவில்,

எந்த இடத்தில் கூடு தேவைப்படும் என்பதைக் கண்டு கொள்ளலாம்.

கூடு கட்டும் பெட்டிகளைச் செய்வதற்கும் வைப்பதற்கும் சில எளிய விதிகளாவன :

(1) பெட்டியின் அடி மட்டத்திலிருந்து பல அங்குலங்கள் உயரத்தில் நுழையும் துவாரம் இருக்கவேண்டும்.

(2) தரையிலிருந்து பத்து முதல் முப்பது அடி வரை உயரமாக இருக்கும் கம்பங்களில் கூட்டுப் பெட்டிகளை அமைக்கவேண்டும். அல்லது மரத்தோடு சேர்த்துக் கட்டலாம்.

(3) கூட்டின் தேவை முடிந்தவுடன் இப்பெட்டிகளை எடுத்து சுத்தம் செய்து அடுத்த பருவத்திற்கு வைத்துக்கொள்ள வேண்டும்.

இந்தப் பெட்டிகளைச் செய்ய அதிகம் செலவு செய்யவேண்டியதில்லை. ஒட்டுப் பலகையிலோ, ஜாதிக்காய்ப் பலகையிலோ, சாமான்கள் வைத்து அனுப்பப்பட்டுள்ள பெட்டிகளிலோ இவற்றைச் செய்யலாம், நீங்களே இவற்றைச் செய்து கொள்ள முடியும்.

கூடு கட்டும் பெட்டிகளைப்பற்றி இன்னும் சில குறிப்புகளாவன : அவை தண்ணீர் ஒழுகாமலும் காற்றோட்டம் உள்ளதாகவும் இருக்கவேண்டும். மரம் செடிகொடிகளோடு இணைந்திருக்குமாறு சாம்பல் நிறத்தலோ, மங்கிய பச்சை நிறத்திலோ வர்ணம் பூசவேண்டும். இப் பெட்டிகள் வெவ்வேறு உருவத்தில் இருக்கலாம். பறவைகளின் உடல் பருமனுக்குத் தக்கவாறு இவை அமைய வேண்டும். 15 செ.மீ. x 15 செ.மீ. நீள அகலங்களும், 45 செ.மீ. உயரமும் மைனா கூட்டிற்கு வேண்டும்; அடிப் பலகையிலிருந்து 15 செ.மீ. உயரத்திலும் 5 செ.மீ. விட்டமுள்ளதாகவும் நுழை யும் துவாரம் இருக்கவேண்டும். சிட்டுக் குருவிக்கு 15 செ.மீ. உயரமுள்ளதாகப் பெட்டி வேண்டும். எல்லாப் பக்கங்களிலும் அது திறந்தும் இருக்க வேண்டும்.

கூடு கட்டப் பெட்டிகள்

ஆந்தைக்கு பெட்டியின் நீள அகலம் 25 செ.மீ. x 45 செ.மீ. ஆகவும், உயரம் 45 செ.மீ. ஆகவும் இருக்க, அடிப் பலகையிலிருந்து 10 செ.மீ. உயரத்தில், 20 செ.மீ. விட்டம் உள்ள நுழை துவாரம் இருக்கவேண்டும். மரங்கொத்திக்கு 38 செ.மீ. உயரமுள்ள பெட்டிக் கூடும் அடியிலிருந்து 30 செ.மீ. உயரத்தில் 5 செ.மீ. விட்டம் கொண்டதாக நுழைவு வழியும் இருக்கவேண்டும்.

வெப்பம் மிகுந்த நேரத்தில் நிழல் இருக்கும்படியாகப் பெட்டிக் கூடுகளை அமைத்தல் அவசியம். ஆனால் காலையிலும் மாலையிலும் சிறிது கதிரவன் ஒளி படும்படியாகவும் இருக்கவேண்டும்.

தீனியும் கூடுகட்டப் பெட்டிகளும் கிடைக்கும்படி செய்தால் பலவகையான பறவைகள் உங்கள் அருகில் வந்து தங்குவதைக் காண்பீர்கள். மிகவும் அச்சமுள்ள பறவைகளும் வரும். உங்கள் தோட்டத்திலேயே பறவைகளின் புகலிடம் ஒன்றை நீங்கள் அமைத்தவராவீர்கள். அங்கே அவை வேட்டையாடும் பறவைகளிடத்திலிருந்தும் மக்களிடத்திலிருந்தும் தீங்கு வராமல் பாதுகாப்பாக இருக்கும். பசியும் தாகமும் அவற்றிற்கு இரா. நீங்களே அவற்றைக் காவல் புரிபவர்கள் ஆவீர்கள்.

பசையெடு குருவி

11. பறவை ஆராய்ச்சியாளர்களுக்கு சில குறிப்புகள்

பறவைகளை இனம் தெரிந்துகொள்வதற்குக் கூர்மையான கண்களும், காதுகளும் வேண்டும். ஒரு நோட்டுப் புத்தகமும், பென்சிலும், பறவைகளைப் பற்றிய படங்களுடன் கூடிய நூலும் முக்கியமாகும். நுட்பமாகக் கவனிக்கும் அற்றலும் கூடவே வேண்டும், பறவை ஆராய்ச்சியில் வெற்றி கொள்வதற்குச் சில வகைகளில் நரியின் தன்மையைப் பின்பற்றக் கற்றுக் கொள்ளவேண்டும். மனிதனால் பறவைகளை அணுகுவது சிரமமாக இருக்கிறது. ஆனால் நரி எப்படியோ அவற்றைப் பிடித்து இரையாக்கிக் கொள்கிறது. இதை எப்படிச் செய்கின்றது? பிறர்

எளிதில் காண முடியாதவாறு அதற்கு நிறம் இருக்கிறது. பாதங்கள் மெத்தென்று இருக்கின்றன; அதனால் நரி நடக்கும்போது சத்தம் உண்டாவதில்லை. மேலும் அது தன்னை எவ்வளவு தூரம் மறைத்துக் கொள்ள முடியுமோ அப்படி மறைத்துக்கொண்டு தரையில் மெதுவாக ஊர்ந்து கொண்டே செல்லும். இந்த வழிகளையெல்லாம் நாமும் பின்பற்றலாம்.

பறவைகளுக்குத் தெரியாமல் இருக்கவேண்டுமானால் கருப்பு வெள்ளை முதலிய சட்டென்று கண்ணில் தைக்கும் நிறங்களையுடைய உடையை அணியக் கூடாது. தழைகளின் மங்கிய பச்சை நிற உடைகளே ஏற்றது ஊதா நிறமும் ஏற்றது தான்: ஏனென்றால் இந்த நிறம் பறவைகளுக்குத் தெரிவதில்லை. சத்தம் கேட்காதவாறு ரப்பரால் செய்த மிதியடியை அணிந்துகொள்ளவும் வேண்டும். சருகுகள் மேலே நடக்கக்கூடாது. அப்படி நடந்தால் சத்தம் உண்டாகிப் பறவைகளை ஓட்டிவிடும்.

அடுத்தபடியாக ஒரு மரத்தையோ புதரையோ புல் வளர்ந்த இடத்தையோ மறைந்திருப்பதற்குத் தேர்ந்தெடுத்துக் கொள்ளவேண்டும். அங்கே அசையாமல் இருக்க வேண்டும். தலையையோ கைகளையோ அசைக்காமல் சிலையைப்போல் அமர்ந்திருந்தால் பறவைகள் அருகிலேயே வரும். அவற்றை நன்றாகக் கவனிப்பதற்கு இது உதவியாக இருக்கும். சில சமயங்களில் முழந்தாளிட்டு மெதுவாக ஊர்ந்து செல்லவும் வேண்டும். திறந்த வெளியில் செல்லுவதானால் நேராகச் செல்லுவதை விட வளைந்து வளைந்து சென்றால் பறவைகளின் அருகில் செல்லுவது எளிதாக இருக்கும்.

நரியிடம் கற்றுக்கொள்ளும் மற்றொரு பாடமும். உண்டு. அது தனியாகவே வேட்டையாடுகின்றது. தனியாக இருந்தால் பேச்சுக்கு இடமில்லை; ஆராய்ச்சியும் தடைபடாது. பறவைகளை ஆராயும்போது முழுக் கவனத்தையும் அதில் செலுத்த வேண்டும். வெகுநேரம் ஆராய்வதென்றால் மனத்தை ஒரு முகப்படுத்தி அதிலேயே ஈடுபட்டிருக்கவேண்டும். பறவைகளைத்

தேடிச் சில சமயங்களில் வண்டிகளிலோ, சைக்கிளிலோ, விமானத்திலோ, தோணிகளிலோ செல்ல வேண்டியிருக்கும். பாறைகளிலும், மரங்களிலும் ஏற வேண்டியும் நேரும். சினம்கொண்ட பலவகையான பறவைகள் கொத்த வருவதும் உண்டு. குளிரையும், வெப்பத்தையும், ஈரத்தையும் பொருட்படுத்தக்கூடாது. சில சமயங்களில் இரவு முழுதும் செலவழிக்க வேண்டும். ஆகவே பறவை ஆராய்ச்சி ஒரு நல்ல பொழுதுபோக்காக இருந்தாலும் விஞ்ஞான ரீதியில் பார்க்கும் போது சிரமமானதாகவும் இருக்கும்.

பறவைகளை இனம் புரிந்துகொள்வதற்கு இளவேனிற் காலமும் கோடைகாலத் தொடக்கமும் மிக ஏற்றவை. குளிர்காலத்தில் புதிதாக வந்து சேரும் பறவைகளோடு கலந்திருக்கும் குழப்பம் இருக்காது. பறவை உலகத்தில் ஜூலை மாதம் மிகுந்த சுவையானது. ஏனென்றால் அப்பொழுது இளம் பறவைகளும் காணப்படும்.

அதிகாலையிலும் கதிரவன் மறையும் வேளையிலுமே பெரும்பாலான பறவைகளின் நடமாட்டமும் பேச்சும் அதிகமாக இருப்பதால் அந்த வேளைகளே அவற்றைக் கவனிப்பதற்கு மிகப் பொருத்தமாக இருக்கும். பலமாகக் காற்று வீசும் நாட்களில் பறவைகள் வெளிவந்தால் காற்று அடித்துக்கொண்டு போய்விடும். ஆதலால் அந் நாட்களில் பறவைகளின் நடமாட்டம் மிகக் குறைவு. அதனால் அவைகளை ஆராய அந்நாட்கள் ஏற்றவையல்ல. பெருமழை பெய்தால் பறவைகள் எங்கேயாவது ஒளிந்து கொள்ளும். ஆனால் லேசாக மழை தூறும்போது அவற்றின் நடமாட்டம் அதிகமாக இருக்கும்.

மிகுந்த தொலைவிலிருந்துதான் நீர்ப் பறவைகளைக் கவனிக்கவேண்டும். எச்சரிக்கையோடு சென்றால் அருகில்கூடப் போய்விட முடியும்.

பறவைகளின் தந்திரத்தை அறிந்து அதை ஏமாற்றிப் பக்கத்தில் செல்வதில்தான் பறவை ஆராய்ச்சியின் சுவை பாதிக்குமேல் இருக்கின்றது. கரை அருகிலே

மறைவிடங்களிலிருந்து நீர்ப்பறவைகளைக் கவனிக்கலாம்.

பறவை ஆராய்ச்சி வல்லுநர் முதலில் பறவைகளின் ஒலியைக் கேட்கிறார்கள். பிறகு அந்த ஒலிவரும் திசையை நோக்கிப் பறவையை அறிந்துகொள்ளுகிறார்கள். நீங்களும் அவர்களைப் பின்பற்றலாம். சில பறவைகள் ஒலி கொடுப்பதில் ஒரு தனித் திறமை காட்டுகின்றன பறவை ஓரிடத்தில் தழைகளில் மறைந்திருக்கும். அதன் ஒலி முதலில் ஒரு மரத்திலிருந்து வருவதுபோலவும் பிறகு வேறு ஒரு மரத்திலிருந்து வருவது போலவும் கேட்கும், சில பறவைகள் மிக மெல்லிய குரலில் பாடும். அதனால் அப் பறவைகள் அருகில் இருந்தாலும் தொலைவில் இருப்பதுபோல நமக்குப்படும்.

உங்களுடைய நோட்டுப் புத்தகத்தில் கீழ்க்கண்ட குறிப்புகளைப் பதிவு செய்து கொள்ளுங்கள், தேதி, நேரம், வானிலை, காற்றின் நிலைமை இவற்றை முதலில் குறித்துக் கொள்ளவேண்டும். இடத்தின் தன்மையும் பெயரும் முக்கியமானவை பறவையின் பருமனை அடுத்தபடியாகக் குறிப்பிடலாம். இத்தனை செ.மீ. என்று முதலில் மதிப்பிடுவது சிரமம். ஆனால் நமக்குத் தெரிந்த பறவையின் அளவோடு ஒத்திட்டுப் பார்த்துக் குறித்துக் கொள்ளலாம். தெரிந்த பறவைகளான சிட்டுக் குருவி, கொண்டைக் குருவி, மைனா, காகம், கழுகு இவற்றை முதல் பக்கத்தில் குறித்துக் கொள்ளலாம். ஆராய்ச்சிக்கு எடுத்துக்கொண்ட ஒரு பறவை இந்தப் பறவைகளுக்குச் சிறியதாகவோ, பெரியதாகவோ இருந்தால் (-), (+) என்ற குறிகளை இட்டுக் கொள்ளலாம். சிட்டுக் குருவியைவிட ஒரு பறவை சற்றுப் பெரியதாக இருந்தால் அதை சி(+) என்றும், மைனாவைவிட ஒரு பறவை சற்றுச் சிறியதாக இருந்தால் மை(-) என்றும் குறிக்கலாம். இம்மாதிரி நாளாவட்டத்தில் பறவைகளின் பருமனைத் தீர்மானிப்பதில் நல்ல திறமை பெற்றுவிடலாம்.

பிறகு ஒரு பறவை ஒல்லியாகவோ, பருத்தோ இருப்பதைக் குறிக்க வேண்டும். பறவைகள் தமது இறகுகளைச்

சிலிர்த்துக் கொள்ளும் தன்மையுடையவை. ஆகையால் அதையும் கவனித்துத் தீர்மானிக்கவேண்டும்.

பிறகு அலகு பெரியதா, நேரானதா, கூர்மையானதா, வளைந்ததா, மென்மையானதா, தட்டையானதா, கனமானதா, கொக்கி போன்றதா, சிறியதா என்று கவனிக்கவேண்டும், அலகின் வடிவத்தை நன்றாகக் கவனித்தால் ஒரு பறவை எந்தக் குடும்பத்தைச் சேர்ந்தது என்பதைக் கூறிவிடலாம். சிட்டுக்குருவியைவிட உருவத்தில் சிறியதாக இருந்து, குட்டையாகவும், மென்மையாகவும் சற்று வளைந்தும் உள்ள அலகிருந்தால், அது பெரும்பாலும் பூச்சி பிடிக்கும் இனத்தைச் சேர்ந்த பறவையாக இருக்கும். அலகின் நிறத்தையும் குறித்துக் கொள்ள வேண்டும்.

அடுத்தபடியாகக் கால்களின் அளவையும் அமைப்பையும் கவனிக்கவேண்டும். ஒரு பறவைக்கு நீளமான கால்கள் இருந்தால் அது தண்ணீரில் நடக்கும் பறவையாக இருக்கும். கால்விரல்கள் ஒருவகைத் தோலால் சேர்க்கப்பட்டிருந்தால் அது வாத்தாக இருக்கும், கால்களின் நிறத்தையும் கவனிக்கவேண்டும்.

வாலின் நீளமும், தோற்றமும் முக்கியமானவை, வால் குட்டையானதா, பிளவுபட்டதா, அதன் நுனியின் வடிவம் சதுரமானதா, வட்டமானதா, கூர்மையானதா என்றும் கவனிக்க வேண்டும். ஒரு பறவை வாலை மேலே தூக்கியவாறு உள்ளதா, அல்லது கீழ் நோக்கியவாறு வைத்துக்கொண்டிருக்கிறதா, வாலை ஆட்டுகிறதா இவற்றையும் கவனிக்கவேண்டும்.

மண் நிறம் கொண்டதும் புள்ளியுள்ளதுமான பறவைக்குக் கொக்கி போன்ற அலகும், சற்றே பிளவுபட்ட வாலுமிருந்தால் அது பருந்தாக இருக்கலாம். நீளமானதும், நேரானதும், கூர்மையானதும், பழுப்பு மஞ்சள் நிறங்கள் கலந்துமான அலகும், குட்டையான வாலும், நீண்ட கால்களும், வெள்ளை இறகுகளும் உள்ள ஒரு பறவை நாரையாக இருக்கலாம்.

ஒரு பறவைக்குக் கொண்டையிருந்தால் அதன் நிறத்தையும், அமைப்பையும் கவனிக்க வேண்டும்.

உடலின் நிறம் முக்கியமானது. இதைத்தான் சாதாரணமாகக் கவனிக்கிறோம். முதலில் பளபளப்பான நிறமுடையதா, மங்கலான நிறமுடையதா, எந்த நிறம் மேலோங்கிக் காணப்படுகிறது என்பதை நோக்கவேண்டும். பிறகு உடம்பின் மேற்புறமாக உள்ள தலை, முதுகு, சிறகுகள், வாலின் மேல்பாகம் ஆகியவற்றின் நிறத்தைக் கவனிக்கவேண்டும். தொண்டை, மார்பு, வயிறு, வாலின் அடிப்பாகம் ஆகிய அடிப்பகுதிகளையும் பார்க்கவேண்டும்.

ஒவ்வொரு நிறமும் எந்த இடத்தில் இருக்கிறதென்பதைப் பார்க்கவும். ஏதாவது குறிப்பான நிறம் இருக்கிறதா என்பதையும் கவனிக்கவும். (மார்பையே நன்கு நோக்கவேண்டும்.) ஒரு பறவை ஒரே நிறத்திலுள்ளதா, புள்ளியுடையதா, கோடுகளுடையதா என்றும் கவனிக்கவும். வாலில் வெள்ளைப்புள்ளி இருக்கிறதா, பக்கவாட்டில் வெண்மையிருக்கிறதா, சிறகுகள் எப்படியிருக்கின்றன என்றும் ஆராய வேண்டும். ஒரு பறவையின் கண்ணின் மேல் கோடு அல்லது வட்டமிருக்கிறதா, கொண்டையிலே கோடு இருக்கிறதா அல்லது பட்டை இருக்கிறதா என்றெல்லாம் கவனிக்கவேண்டும்.

நீர்ப் பறவைகளின் சிறகுகள் மிக முக்கியமானவை. நுனியில் கருப்பு இருக்கிறதா பட்டை பட்டையாக இருக்கிறதா, கோடுகள் இருக்கின்றனவா, ஆழ்ந்த நிறம் இருக்கிறதா என்று நோக்கவேண்டும். பறவையின் பருமனோடு இப்படி ஒரு நிறக் குறிப்பு இருந்தாலே அந்தப் பறவையை அடையாளம் கண்டுகொள்ள முடியும் சித்திரம் வரைவதிலே திறமையிருந்தால் அதுவும் பயன்படும்.

பறவையின் ஒலியே அது என்ன பறவை என்று கண்டுபிடிப்பதற்கு மிகச் சிறந்த வழி ஆகும். சில பறவைகள் அழகாகப் பாடுகின்றன; சிலவற்றின் குரல் காதுக்கு இனிமையாக இராது, கொண்டைக்குயிலையும்

பக்கியையும் அவற்றின் ஒலியிலிருந்துதான் கண்டுகொள்ள முடியும். ‘காகா’ என்றும் ‘கூகூ’ என்றும் ‘கீ...கீ’ என்றும் இப்படிக் கேட்கும் ஒலிகளைத் தனித்தனியாகப் பிரித்து அறிந்து கொள்ள வேண்டும்.

கடைசியாக ஒவ்வொரு பறவையும் விரும்பி உண்ணும் இரையின் வகைகளைக் கவனிக்க வேண்டும். ஒரு பறவை காணப்படும் இடம் சதுப்பு நிலமா, ஆற்றுப் படுகையா, தோட்டமா, காடா, விளை நிலமா என்பதையும் கவனிக்கவேண்டும்.

ஒரு பறவை உட்காருவது மரக்கிளையின் குறுக்காகவா நீளவாட்டிலா என்பதையும் நோக்க வேண்டும். மறைவில்லாத ஓரிடத்தில் அமர்ந்து ஒரு பூச்சியை நோக்கி ஓடிப் பிடித்துக்கொண்டு வருகிறதா? மரத்தில் படரும் கொடியைப்போலச் சுற்றிச் சுற்றி மேலே ஏறுகின்றதா? மரங்கொத்தியைப் போல வாலையும் பயன்படுத்தி மேலே ஏறுகின்றதா? பசைஎடு குருவியைப்போலத் தலை கீழாக இறங்குகின்றதா?

தரையில் - ஒரு பறவை நடக்கிறதா? ஓடுகிறதா? சிட்டுக்குருவியைப்போலத் தத்தித் தத்திச் செல்கிறதா? உதிர்ந்த சருகுகளிடையே கிளறிப் பார்க்கின்றதா? கூட்டமாகக் கூடிச் செல்கின்றதா? தனியாகச் செல்கின்றதா? இணையாகச் செல்கின்றதா? வானிலே ஒரு பறவை வேகமாகவோ, மெதுவாகவோ பறக்கிறதா? சிறகடிப்பது வேகமாகவா, அல்லவா? வட்டமிடுகிறதா? மிதந்து செல்கிறதா? உயர்ந்து எழுகின்றதா?

நீரில் என்றால் நன்றாக நீந்துகின்றதா? மூழ்க முடியுமா? நீரிலிருந்து வானிலே சுலபமாக எழுந்து பறக்கின்றதா? ‘படபட’ என்று நீர்ப்பரப்பிலே அடித்த பிறகுதான் வானத்திலே எழுகின்றதா?

மேலுங் கீழுமாக வானிலே பறக்கின்றதா? அம்பு செல்வதை ஒத்து நேராகப் புறாவைப்போல நேராகப் பறக்கின்றதா? இந்தப் பக்கமும் அந்தப் பக்கமுமாக ஆடியசைந்து ஒழுங்கில்லாமல் பறக்கின்றதா? வைரியைப்போல் வானில் உயர்ந்து எழுகின்றதா?

காட்டுவாத்தைப்போல வேகமாகச் சிறகுகளை அடித்துக் கொள்கின்றதா? அல்லது நாரையைப் போலச் சிறகுகளை மெதுவாக அடிக்கின்றதா? ஒழுகங்கான முறையில் சிறகை அடிக்கின்றதா? அல்லது பல தடவை 'படபட' என்று அடிக்கின்றதா? மீன்கொத்தியைப்போல வானில் வட்டமிட்டுப் பிறகு தலைகீழாக நீருக்குள் மூழ்குகின்றதா? நீரில் நடக்கிறதா? நாரையைப்போல நீண்ட கால்களோடு தண்ணீரிலே நெடுநேரம் அசைவில்லாமல் நிற்கிறதா? கொசு உள்ளானைப் போல சேறு நிறைந்த நதிக்கரைமேல் ஓடுகிறதா? சேற்றிலே அலகைவிட்டுத் துழாவி இரை தேடுகிறதா? -இவற்றையெல்லாம் கவனிக்கவேண்டும்.

பறவைகளை நன்கு இனங் கண்டுகொள்ளுந் திறமை வந்த பிறகு கூடுகளையும், முட்டைகளையும் ஆராய்ந்து அறிந்து கொள்ள முயலலாம். அடைகாத்தல், குஞ்சு பொரித்தல், இவற்றை ஆராய்வதும் மிகுந்த சுவை பயப்பதாகும். நுட்பமாக கவனிக்கும் திறன் வளரவளர, பல அரிய உண்மைகளை அறிந்துகொள்ள முடியும். உங்களைச் சுற்றியுள்ள பறவைகள் எந்தெந்த இடங்களில் வாழ்கின்றன என்பதையும் தெரிந்துகொள்ள முடியும். எத்தனை பறவைகள் உங்களைச் சுற்றிலும் இருக்கின்றன? எத்தனை கூடுகள் கட்டியிருக்கின்றன? ஒவ்வொரு பருவ காலத்திலும் வெவ்வேறு இடங்களில் எவ்வகையான தீனிகளைத் தின்கின்றன? என்பனவற்றையெல்லாம் நீங்களே அறிந்து கொள்வீர்கள். பறவைகளைக் கூர்ந்து பார்க்கிறவர்களுக்கு அவற்றின் பழக்க வழக்கங்கள், நிறங்கள், அவை இணை கூடுவதற்காக நேசம் செய்தல் முதலியவைகளெல்லாம் உள்ளத்தைக் கவர்வனவாக என்றும் இருக்கும்.

இந்நூலில் வந்துள்ள பறவைகளின் ஆங்கில - தமிழ்ப் பெயர்த் தொகுதி

Badler	கள்ளிச்சிட்டு
Baroet	கொடுர்வா
Bee-eater	பஞ்சுருட்டான்
Bulbul	கொண்டைக் குருவி
Crow	காக்கை
Cuckoo	கொண்டைக் குயில்
Curlew	கண்கிலேடி
Dove	புறா
Drongo	கரிச்சான்
Duck	காட்டு வாத்து
Eagle	கழுகு
Falcon	லகுடு
Fantail flycatcher	விசிறிக் குருவி
Paradise flycatcher	வால் குருவி
Goose, wild	தாரா
Grebe	முக்குளிப்பான்
Gull	கடற்காக்கை
Pheasant	காட்டுக் கோழி
Hawk	வைரி
Heron	நாரை
Hornbill	மலைமொங்கான்
Indian roller	பனங்காடை
Jacana	தாமரைக்கோழி
Kingfisher	மீன்கொத்தி
Kite	பருந்து
Koel	குயில்
Lapwing	ஆள்காட்டி
Lark	வானம்பாடி

Magpie robin	பால்காரிக் குருவி
Common myna	மைனா
Hill myna	மலை மைனா
Oriole	மாங்குயில்
Ostrich	நெருப்புக்கோழி
Owl	ஆந்தை
Parakeet	சிறு கிளி
Partridge	கவுதாரி
Peacock	மயில்
Pheasant	காட்டுக் கோழி
Pigeon	மாடப்புறா
Pipit	வயல்சிட்டு
Plover	பட்டாணி உள்ளான்
Quail	காடை
Sandpiper	கொசு உள்ளான்
Shrike	கீச்சான் குருவி
Skimmer	கத்திரிமூக்கி
Snipe	உள்ளான்
Sparrow	சிட்டுக்குருவி
Stork	கொக்கு
Sun – bird	தேன் சிட்டு
Swallow	மாரிக் குருவி
Swift	உழவாரக் குருவி
Tailor-bird	தையற்சிட்டு
Tern	ஆலா
Tit	பட்டாணிக் குருவி
Tree-pie	அவரைக்கண்ணி
Vulture	பிணந்தின்னிக் கழுகு
Wagtail	வாலாட்டிக் குருவி
Warbler	கதிர்க் குருவி
Weaver – bird	தூக்கணாங்குருவி
Woodcock	கானக்கோழி
Woodpecker	மரங்கொத்தி

வாலாட்டிக் குருவி

மாங்குயில்